# บาดแผลทางจิตใจ

# บาดแผลทางจิตใจ

## ส่วนที่ 1

วิกกี้ แฮงกินส์

ปกแข็ง **ISBN** : 978-0-9979397-1-2
ปกอ่อน **ISBN** : 978-0-9984553-0-3
ปกอ่อน **ISBN** (สเปน) : 979-8-9918361-1-1
ปกอ่อน **ISBN** (ฝรั่งเศส) : 979-8-9903203-6-9
ปกอ่อน **ISBN** (ไทย) : 978-0-9984553-0-3

หมายเหตุทางกฎหมาย
เหตุการณ์และประสบการณ์ที่แบ่งปันในบันทึกความทรงจำนี้
มาจากการเดินทางส่วนตัวของผู้เขียนและสะท้อนมุมมองที่
เป็นเอกลักษณ์ของเธอ แม้ว่าเราจะพยายามอย่างเต็มที่เพื่อ
เล่าถึงเหตุการณ์และบทเรียนที่ได้รับอย่างถูกต้อง แต่ผู้เขียน
ยอมรับว่าความทรงจำนั้นเป็นเรื่องส่วนตัว และรายละเอียด
บางส่วนอาจนำเสนอในลักษณะที่ถ่ายทอดข้อความที่ต้องการ
สื่อถึงแรงบันดาลใจและการเติบโตได้ดีที่สุด

ชื่อ สถานที่ และรายละเอียดการระบุตัวตนอาจถูก
เปลี่ยนแปลงเพื่อปกป้องความเป็นส่วนตัวของผู้ที่เกี่ยวข้อง
แนวคิดและข้อคิดเห็นที่แบ่งปันมีจุดมุ่งหมายเพื่อสร้างแรง
บันดาลใจและแรงจูงใจ ผู้เขียนหวังว่าผู้อ่านจะพบคุณค่าและ
กำลังใจในเรื่องราวนี้ อย่างไรก็ตาม หนังสือเล่มนี้ไม่ได้มีจุด

มุ่งหมายเพื่อให้คำแนะนำจากผู้เชี่ยวชาญใน เรื่องใดเรื่องหนึ่งโดยเฉพาะ และขอแนะนำให้ผู้อ่านแสวงหา คำแนะนำที่เหมาะสมเมื่อจำเป็น

ประสบการณ์ที่แบ่งปันในหนังสือเล่มนี้เป็นประจักษ์พยานส่วนตัวเกี่ยวกับการเติบโต ความยืดหยุ่น และพลังแห่งการเปลี่ยนแปลงของจิตวิญญาณมนุษย์ ความคิดเห็นและบทเรียนที่แสดงออกมาเป็นของผู้เขียนเพียงผู้เดียวและมีจุดประสงค์เพื่อกระตุ้นให้ผู้อ่านไตร่ตรองถึงศักยภาพและเส้นทางการเติบโตส่วนบุคคลของตนเอง

พิมพ์ในสหรัฐอเมริกา
10 9 8 7 6 5 4 3 2 1
**VMH ™ Publishing**

## บทนำ

ฉันไม่เคยคิดว่านี่จะเป็นชีวิตของฉัน
ไม่ใช่ความเจ็บปวด ไม่ใช่การซ่อนตัว ไม่ใช่
ความเงียบ

ฉันเป็นเพียงเด็กสาว ที่ ไร้เดียงสา ใจดี และ
เต็มไปด้วยความมหัศจรรย์
ฉัน ไม่ รู้จักโลก ฉันรู้จักเพียงหนังสือและพระ
คัมภีร์ ครอบครัวของฉัน และความรักที่โอบ
ล้อมฉันไว้ในชุมชนที่ฉันเติบโตมา

สิ่งที่ฉันเผชิญไม่เหมือนกับสิ่งที่ฉันเคยเผชิญ
มาเลย
สิ่งที่ฉันพบนั้นช่างน่าสับสน โหดร้าย และ
ไม่ใช่สิ่งที่ฉันเตรียมใจไว้ได้เลย

นี่ไม่ใช่เรื่องราวของการกล่าวโทษ
แต่ เป็น เรื่องราวของความจริง ที่ ดิบ และ
สมจริง
เรื่องราวของการสูญเสียและค่อยๆ กลับมา
เป็นตัวเองอีกครั้ง

หากคุณเห็นตัวเองในหน้าเหล่านี้ ขอให้เป็น
เครื่องเตือนใจคุณว่า
คุณไม่ได้อยู่คนเดียว
คุณไม่ได้ถูกลืม
และคุณไม่ได้อยู่เหนือการรักษา

สารบัญ

บาดแผลทางใจ ภาค 1

ฉันวิ่ง วิ่ง และวิ่ง ร้องไห้และปฏิเสธความจริง
มากขึ้น ขณะที่ฉันหนีจากฉากที่ RJ ทำร้ายพ่อ
ของฉัน ฉันตกใจจนแทบไม่น่าเชื่อเมื่อเห็น
ภาพนั้นฝังแน่นอยู่ในใจ ฉันวิ่งอย่างสุดแรง
และเร็วที่สุดเท่าที่ทำได้ สะดุด ล้มลงไปในคู
น้ำ ฉันนอนอยู่ตรงนั้น หลับตา ใบหน้าสัมผัส
กับพื้นดินตามธรรมชาติ (ดินและหญ้า) รู้สึก
ชา

" ทำไม ฉัน ถึง ไม่รู้ว่าต้องทำยังไง "
" ทำไมฉันถึงไม่ เคย สู้กลับเลย "

ฉันมักจะร้องไห้ ปฏิเสธ และวิ่งหนี แม้ว่าเรื่อง
นี้จะเกิดขึ้นกับพ่อของฉัน แต่วันนี้ฉันจะรู้สึกดี
ขึ้นกับตัวเองหากอย่างน้อยฉัน ก็ พยายาม
ทะเลาะกับ RJ เรื่องพ่อของฉัน มีคนบางคนที่
ขับรถผ่านไปพบฉันนอนอยู่ในคูน้ำ

" นั่น วิกกี้ อยู่ตรงนั้น ... จอดรถ ซะ เพื่อน
จอดรถซะ! "
" เพื่อน ช่วยดึงเธอขึ้นจากพื้นที ... เร็วเข้า
เร็วเข้า เพื่อน ช่วยดึงผู้หญิงคนนั้นขึ้นจากพื้น
ที! "

ผู้ชายที่ขับรถคันนั้นพาฉันกลับลงเนินเขา เล็กๆ ไปยังเมือง RJ ต้องใช้เวลาเพียงไม่กี่ วินาทีหลังจากที่ฉันตกลงไปในคูน้ำนั้นถึงจะมี ใครบางคนเห็นฉัน

RJ จัดการพาฉันขึ้นรถของเขาได้ ฉันนั่งอยู่ที่ เบาะนั่งผู้โดยสาร ตื่นเต็มที่แต่ก็กลัวจนแทบ ตาย ในขณะที่เขาขับรถด้วยความเร็วสูง ราวกับคนบ้า ถึงแม้ว่าฉันจะกลัว ฉันอยากจะ ควักลูกตาของ RJ ออก ในตอนนี้ มันชัดเจน แล้วว่าฉัน เริ่ม กลัวเขาแล้ว นี่คงเป็นสาเหตุที่ ฉันไม่มีความกล้าที่จะปกป้องพ่อของฉัน RJ สัมผัสได้ว่าฉันต้องการทำบางอย่างกับเขา เขาคงรับรู้ได้ถึงความโกรธที่ก่อตัวขึ้นของฉัน ผสมกับความกลัว

เขาด่าและตะโกนสุดเสียงว่า " นายอยากสู้กับ ฉันเพราะแฮงค์เหรอ? สู้กับฉันสิ สู้กับฉันสิ! " ฉันอยากหนีจากคนๆ นี้

ความคิดต่อไปของฉันคือทำแบบนั้น — หนี จาก RJ ทันใดนั้น ฉันก็คิดจะกระโดดออกจาก รถ ใจของฉันบอกให้ฉันจับที่ล็อกเพื่อเปิด

ประตูและกระโดดออกไป ไม่ สำคัญ สำหรับ
ฉันที่ RJ กำลังขับรถด้วยความเร็วสูง เมื่อถึง
เวลา RJ อ่านใจฉัน " คุณอยากกระโดดออก
จากรถคันนี้ไหม ทำเลย! กระโดด! " เสียงของ
เขาเต็มไปด้วยความโกรธที่คุกคามฉัน! ฉันนั่ง
ตัวแข็งทื่อ ไม่สามารถเอามือแตะตัวล็อกเพื่อ
เปิดประตูได้

ฉันกลัวว่าเขาจะทำอะไรถ้าฉันพยายาม
กระโดดออกจากรถมากกว่า ทางเท้าคงจะตี
ได้ง่ายกว่าสิ่งที่ฉันคิดว่า RJ จะทำกับฉัน
ความกลัว RJ ต่างหากที่ทำให้ฉันไม่กล้า
กระโดดออกไป ไม่ใช่ทางเท้า

ตอนนี้ฉันคงตกใจมาก ฉันกลายเป็นคนขี้
กังวลและชาไปหมด การมาจากครอบครัวที่
อบอุ่นทำให้ต้องตกใจแบบนี้ ฉันไม่เคยเห็น
ความรุนแรงในบ้านเลย แม่ไม่เคยให้อะไร
แบบนี้กับฉันเลย บ้านของเราสงบสุขดี ฉัน จำ
ไม่ ได้ด้วยซ้ำว่าแม่เคยด่าฉันด้วยซ้ำ แม่รู้ว่า
ฉัน ไม่รู้ อะไรเกี่ยวกับโลกมืดแบบนี้เลย!

ดูเหมือนว่า RJ จะไม่รู้สึกสำนึกผิดในสิ่งที่เขา
ทำ กับพ่อของฉันเลย ดูเหมือนว่าเขาจะถึงขั้น
โทษฉันหรือโกรธฉันในสิ่งที่เกิดขึ้น เขา
ตะโกนใส่ฉันราวกับว่าฉันทำอะไรผิด

ฉันคิดในใจว่า " ขอโทษทีนะ แต่คุณเพิ่งจะตี
พ่อฉัน หรือว่าคุณไม่ สังเกต เห็นเลย? แล้ว
คุณเป็นใครถึงได้ด่าใครแบบนั้น? ถ้าจะด่า
จริงๆ ฉันคงตบหัวคุณไปแล้ว "

เกิด ว่า ฉัน ได้ต่อสู้อยู่ในสายเลือดในช่วง
เวลานี้ ฉันคงจะทำไปแล้ว! ครั้งต่อไปที่ฉัน
เห็นพ่อ ท้องของเขาถูกพันด้วยผ้าพันแผลสี
ขาวขนาดใหญ่ RJ หัก ซี่โครงของ พ่อ ฉัน!

ฉันเพิ่งมารู้ทีหลังว่าแม่รู้เรื่องนี้ทั้งหมด และที่
จริงแล้วแม่เป็นคนช่วยพ่อของฉันเอาไว้ แม่
โทรหาแม่ของพ่อ ( ย่าอีกคนของฉัน) ในคืนที่
เหตุการณ์นี้เกิดขึ้น ดูเหมือนว่าจะมีคนบอกแม่
ของฉันเกี่ยวกับเหตุการณ์นี้ทันทีที่เกิดขึ้น แม่
โทรหาย่าของฉันและบอกเธอว่าเกิดอะไรขึ้น
พ่อของฉันบังเอิญนั่งอยู่บนระเบียงบ้านย่า
ของฉัน และ เบือนหน้าหนีด้วยความเจ็บปวด

ในตอนที่แม่ของฉันโทรไป แพทย์จึงรีบไปพบ
แพทย์ทันที

ฉันตกหลุมรักคนๆ นี้ที่ทำลายชีวิตฉันได้
อย่างไร?

บาดแผลทางใจ ภาค 1

# บทที่ 1

## มูลนิธิ

แม่ของฉันย้ายจากกรีนวิลล์ รัฐจอร์เจีย ใน ช่วงที่เป็นผู้ใหญ่เต็มตัวไปที่เซวิลล์ รัฐ ฟลอริดา ซึ่งที่นั่นเธอได้พบกับอเล็กซ์ แฮ งกินส์ พ่อของฉัน และตกหลุมรักผู้ชายคนนี้ที่ ไม่มีใครคิดว่าจะชนะใจเขาได้ แม่ของฉันจึง หยุดความเย่อหยิ่งของพ่อ และเขาก็ขอเธอ แต่งงาน แน่นอนว่าแม่ก็ตอบตกลง เธออายุ 18 ปี ส่วนพ่ออายุ 21 ปี

หลังจากนั้นไม่นาน พวกเขาก็ย้ายไปนิวยอร์ก เพื่อวัตถุประสงค์ทางการเงิน ในขณะที่ทำงาน ในช่วง " ฤดูกาล " (ช่วงเวลาที่คนงานเก็บผล ไม้จากต้นไม้ – ฤดูกาลนี้ของปีเป็นช่วงเก็บ แอปเปิล) ฉันเกิดในนิวยอร์ก ซึ่งฉันเกิดที่เมือ งบีคอน

แน่นอนว่าฉันจำอะไรเกี่ยวกับช่วงเวลานั้นไม่ ได้เลย เท่าที่จำได้ตั้งแต่สมัยเด็กๆ ฉันเคย อาศัยอยู่ในบ้านหลังหนึ่งที่ดูเหมือนจะสร้างไว้

สำหรับคนยากจน แม้ว่าฉันจะเคยได้ยินมาว่า
บ้านหลังนี้เพิ่งสร้างใหม่เอี่ยม ซึ่ง เป็นบ้าน
หลังแรกที่สร้างขึ้นในย่านเซวิลล์ รัฐฟลอริดา
แต่ ฉันก็สามารถบรรยายความทรงจำเกี่ยวกับ
ภายในบ้านได้เพียงว่ามืดมิดจนน่ากลัว มียุง
มากมายบินว่อนไปทั่วทุกแห่ง บินว่อนอยู่ในหู
ของฉัน ฮึม...บางทีฉันอาจไปนอนค้างคืนที่
บ้านของใครบางคน ใน ขณะที่พ่อแม่ไม่อยู่
บ้าน ฉันคิดว่าเป็นเพราะบ้านใหม่คงจะ ไม่มี
ยุงอยู่ทุกที่ ฉันจำได้ว่าฉันพยายามเอามือปิด
หัวเพื่อไม่ให้มียุงบินว่อนอยู่ในหูและเพื่อไม่
ให้โดนกัดหน้า ฉันจำไม่ได้ ว่า มาร์ก น้อง
ชายของฉันอยู่กับฉันในเวลานั้นหรือไม่ แต่
ฉันจำได้ว่าฉันอยากนอนกับแม่

ไม่นานหลังจากนั้น เราก็ย้ายไปอยู่บ้านหลัง
อื่นในเมือง Crescent City รัฐฟลอริดา แม้ว่า
Crescent City จะได้รับการยอมรับบนแผนที่
แต่ก็ เป็น เพียงจุดเล็กๆ บนนั้นเท่านั้น ซึ่ง อยู่
สูงกว่าเมือง Seville เพียงเล็กน้อย มีร้านขาย
ของชำและร้านค้ามากมาย และเมืองนี้ยังมี
สัญญาณไฟจราจรอีกด้วย ลองนึกดูสิ มันเป็น

เมืองเล็กๆ อ้อ และ Crescent City ได้รับสมญา
นามว่า " เมือง " ในช่วงเวลานั้น ฉันจำไม่ ได้
ว่าพ่อของฉันอาศัยอยู่กับเรา จริงๆ แล้ว ฉันจำ
เขาไม่ ได้ เลย ฉัน คิด ว่าพวกเขา คง แยก
ทางกันแล้ว

สำหรับฉันแล้ว บ้านที่เราย้ายเข้าไปอยู่มีการ
ปรับปรุงเล็กน้อยเมื่อเทียบกับที่ที่เราเคยอยู่
ก่อนหน้านี้ แม้ว่าจะยังอยู่ในย่านที่ยากจน
ก็ตาม แม้ว่าจะอยู่ในย่านที่ยากจน แต่วันที่มี
ความสุขที่สุดในชีวิตของฉันทั้งหมดก็อยู่ใน
บ้านหลังนั้น

ทั้งหมดนี้ไม่ชัดเจนสำหรับฉันเลย ฉันคงยัง
เด็กมาก ฉันจำได้ว่าตอนเริ่มเรียนอนุบาล ฉัน
สนุกสุดๆ กับการวิ่งเล่น ฉัน จำอะไรในชั้น
ประถมไม่ได้มากนัก แม้ว่าจะจำบ้านสามห้อง
หลังนั้นได้ดี ก็ตาม

แม่ของฉันเป็นผู้หญิงที่สวยมากทั้งภายในและ
ภายนอก เธอเป็นแม่ที่ดีที่สุดที่ใครๆ ก็อยากมี
เธอเป็นเหมือนแม่ในฝันเลย ถ้าจะมีจริง แม้แต่
ในสถานการณ์ที่เลวร้ายที่สุด เธอก็ยังหาทาง

นำเสียงหัวเราะและความอบอุ่นมาสู่ผู้คนและ
ชีวิตของลูกๆ ทั้งสามของเธอ เธอไม่ใช่ ผู้
หญิง ที่แข็งกร้าวและเข้มงวด แต่เป็นผู้หญิงที่
ใจกว้างแต่หนักแน่น มีอารมณ์ขันที่ไร้สาระ
เธอมีความรักที่หายากอยู่ในหัวใจของเธอ

แม่ของฉันปกป้องพวกเรามาก ฉันต้องอายุหก
หรือเจ็ดขวบเมื่อเราย้ายเข้ามาอยู่ในบ้านสาม
ห้องนั้น เพราะน้องชายของฉันยังเป็นทารก
อยู่ ฉันมีแม่และลูกสามคนของแม่เสมอมา คือ
น้องชายของฉันและฉัน พ่อของเราไม่ได้อยู่
ในชีวิตของเราอย่างที่ควรจะเป็น แม่และพ่อ
ของฉันซึ่งมีชื่อว่าอเล็กซ์ แฮงกินส์ หย่าร้าง
กันตอนที่ฉันยังเด็กมาก ขออภัย ฉันเรียกแม่
ว่า " แม่ " โดยชื่อเต็มของเธอคือโดโรธี แอ
นน์ คาลด์เวลล์ อย่างที่ฉันพูด แม่ของฉันหย่า
กับพ่อของฉันเพราะพ่อชอบดื่มเหล้าและ "พูด
เล่นและร่ายรำ" มากเกินไปสำหรับแม่ แต่ฉัน
รักพ่อ และแน่นอนว่าฉันรักแม่มาก พ่อของ
ฉันไม่เคยเหมือนเดิมอีกต่อไปหลังจากการ
หย่าร้าง พ่อไม่เคยรักผู้หญิงคนไหนแบบที่เขา
รักแม่ของฉันเลย และถึงกับพยายามอย่างเต็ม

ที่ทุกครั้งที่เห็นแม่เพื่อพยายามกลับเข้าไปใน
ชีวิตของเธอหรือเข้าหาเธอ

แม่ของฉันไม่เคยพยายามห้ามปรามฉันจาก
พ่อหรือพูดอะไรที่จะทำให้ฉันเกลียดพ่อ  นั่น
อาจเป็นสาเหตุที่ฉันรักพ่อ  แม้ว่าพ่อจะไม่เคย
ทำอะไรให้ฉันเลยนอกจากคุยโวเกี่ยวกับ
ลูกสาวของเขา  แม่ของฉันไม่เคยกดดันพ่อให้
ช่วยเหลือทางการเงิน  และไม่เคยฟ้องพ่อเพื่อ
ขอค่าเลี้ยงดูบุตร  แม่ดูแลฉันเอง  ฉันรู้ว่าแม่
รู้สึกแย่กับเรื่องนี้  แม่ต้องเสียใจมากแน่ๆ  ที่
ต้องคิดถึงเรื่องนี้ (ตอนนี้ฉันเข้าใจแล้ว) แต่แม่
ไม่เคยให้ฉันเห็นเลย  สิ่งเดียวที่ฉันรู้จักคือคน
สวยและร่าเริงคนนี้

แม้ว่าฉันจะจำได้ในภายหลังว่า  เธอรู้สึกว่า
จำเป็นต้องบอกเหตุผลเพิ่มเติมว่าทำไมเธอถึง
หย่าร้างกับพ่อของฉัน  ฉันคิดว่าเธอต้องการ
ให้ฉันรู้เหตุผลนี้ในช่วงเวลานั้นของชีวิต
เพราะสิ่งที่ฉันกำลังเผชิญ  พบเจอ  และถูก
กระทำ เพียงเพื่อให้ฉันรู้ว่าเธอเข้าใจ

เธอเล่าให้ฉันฟังว่าเหตุผลหลักที่เธอหย่าร้าง
พ่อของฉันก็คือเพราะเธอกลัวพ่อ เธอสารภาพ
กับฉันว่าเธอ " กลัวจนตัวสั่น " เธอแสดงแผล
เป็นเล็กๆ ที่พ่อ สร้าง ให้เธอจากการถูกทารุณ
กรรม เธอต้องทนทุกข์ทรมานมากมายขนาดนี้
และยังคงเป็นแสงสว่างในชีวิตของผู้คนได้
อย่างไร

เธอเล่าให้ฉันฟังตอนที่ฉันยังเป็นทารก  เธอ
ต้องวิ่งไปพร้อมกับฉันในอ้อมแขนของเธอ
เพราะกลัวพ่อของฉัน... ลองนึกดูสิ! แม้ว่าฉัน
จะรักเขาเหมือนพ่อ  แต่เขาก็ไม่ใช่ผู้ชาย
สำหรับเธอ  การปฏิบัติต่อบุคคลอันมีค่าและ
พิเศษคนนี้ในลักษณะนี้ ทำให้ฉัน ดีใจ ที่เธอ
หย่ากับเขา  และถ้าเธอยังมีชีวิตอยู่  ฉันคงจะ
บอกเรื่องนี้กับเธอ  ฉันจะมอบทั้งโลกให้กับเธอ
ฉันจะทำงานเพื่อเธอ  และมอบทุกสิ่งที่ฉันมีให้
กับเธอ

สักวันหนึ่ง  ในไม่ช้านี้  ด้วยความแข็งแกร่ง
และความมุ่งมั่นที่เธอส่งต่อมาให้ฉัน  ฉันจะอยู่
ในสถานะที่สามารถให้ทุกสิ่งที่เธอต้องการได้
สักวันหนึ่งฉันจะทำได้! บุคคลที่เธอให้กำเนิด

และพลัง น้ำตา และความพยายามทั้งหมดที่
เธอทุ่มเทให้กับฉันจะไม่สูญเปล่า

"คุณทำหน้าที่ของฉันได้ดีมาก และเวลาที่คุณ
ใช้ชีวิตบนโลกนี้อย่างทุกข์ทรมานจะไม่สูญ
เปล่า ฉันจะเดินตามรอยเท้าของคุณและ
เปลี่ยนแปลงทุกสิ่งให้เป็นไปตามที่คุณ
ปรารถนา ฉันจะสานต่อความแข็งแกร่งและ
บุคลิกที่อบอุ่นและสดใสของคุณที่คุณนำมาสู่
ชีวิตมากมาย รวมถึงชีวิตของฉันด้วย ชีวิต
และความพยายามของคุณจะไม่สูญเปล่า คุณ
เริ่มต้นบนเส้นทาง และฉันจะให้ทุกสิ่งที่ฉันมี
และทุกสิ่งในตัวฉันเพื่อไปให้ถึงปลายทางที่
คุณเริ่มต้น คุณปลูกเมล็ดพันธุ์ ตอนนี้ถึงเวลา
แล้วที่มันจะเติบโต ฉันรักคุณสำหรับทุกอย่าง
ที่คุณ มอบ ให้ฉัน ... ถ้าเพียงแต่คุณอยู่ที่นี่เพื่อ
ดูผลของการทำงานของคุณ"

ฉันตั้งใจจะเจาะลึกลงไปว่าฉันรู้สึกอย่างไรกับ
แม่ แต่ในการเขียนสิ่งนี้ ฉันสามารถเปิดใจ
และระบายบางสิ่งบางอย่างที่ฉัน กักขัง เอาไว้
ภายในมาหลายปีออกมาได้ ฉัน จะ กลับมาที่
จุดที่ฉันค้างไว้

ทุกครั้งที่แม่ของฉันต้องไปร้านขายของมือ
สอง (ร้านเล็กๆ ที่ขายแต่ของจำเป็นพื้นฐาน)
แม่จะอุ้มฉันไว้ในอ้อมแขน จับมือน้องชาย
ของฉัน และ ฉันก็จับมือเขาด้วย ตอนนั้นเรา
ไม่มี รถ ถ้าเราต้องออกไปนอกเมือง คุณย่า
(แม่ของแม่ฉัน) จะพาเราไปหรือพาเพื่อนบ้าน
ไปด้วย แม่ของฉันไม่มี เพื่อน มากนัก เธอจึง
สนใจลูกๆ มากกว่า

มีรถตู้มาส่งตอนเช้าและมารับเธอไปทำงาน
หลังจากที่เราออกไปโรงเรียน ฉันจำไม่ได้ ว่า
ใครเป็นพี่เลี้ยงเด็กให้ฉันกับน้องชาย แม่ของ
ฉันทำงานหนักมากเพื่อดูแลพวกเรา มันเป็น
งานแรงงาน เธอเคยตัดเฟิร์น (เฟิร์นเป็นพืชสี
เขียวที่มีใบเขียวซึ่งพบได้ในช่อดอกไม้) งาน
นี้เป็นงานหนักมากเพราะคนๆ หนึ่งต้องก้มตัว
ลงและตัดต้นไม้จากพื้นดินอย่างแท้จริง —
ต้นเฟิร์น 25 ต้น — ด้วยกรรไกร เมื่อคนๆ
หนึ่งมีเฟิร์น 25 ต้นแล้ว เขาจะต้องมัดเฟิร์น
เหล่านี้ให้เป็นพวงด้วยหนังยาง (เรียกว่าพวง)

ในระหว่างนั้น คนๆ หนึ่งต้องเจอกับสิ่งต่างๆ
มากมายในทุ่งเฟิร์น ไม่ว่าจะเป็นความร้อน

ฝน งู ฯลฯ และที่สำคัญกว่านั้น การหาเงินให้
ได้สักก้อนหนึ่ง คนๆ หนึ่งต้องเก็บเกี่ยวได้วัน
ละประมาณ 250-300 พวง คุณจะได้รับเงินตาม
จำนวนพวงที่ตัดได้ในสัปดาห์นั้น นี่เป็นเพียง
การให้คุณเห็นภาพชัดเจนขึ้นว่าแม่ของฉัน
ทำงานหนักแค่ไหนเพื่อมอบสิ่งที่ดีที่สุดให้กับ
ลูกๆ ของเธอ... การเสียสละครั้งยิ่งใหญ่!

บ้านหลังเล็กสามห้องนี้มีห้องนั่งเล่น เมื่อ
เข้าไปในบ้านครั้งแรกก็จะพบกับห้องนั่งเล่น
พร้อมห้องน้ำอยู่ทางด้านข้าง เมื่อเดินตรงไป
ยังห้องถัดไปก็จะพบกับห้องนอน นี่คือห้องที่
แม่และน้องชายของฉันนอน เนื่องจากเขาเป็น
ทารก เขาจึงมีโอกาสได้นอนในห้องเดียวกับ
แม่ของฉัน ซึ่งเป็น ห้องที่สบายที่สุดในบ้าน
เดินต่อไปอีกหน่อยก็จะพบกับห้องครัว ซึ่งเป็น
ที่ที่มีเตียงวางไว้ข้างๆ ผนังเพื่อให้พี่ชายและ
ฉันนอนได้

ในช่วงฤดูร้อน ฉันกับน้องชายต้องเจอกับช่วง
เวลาเลวร้ายในบ้านหลังนั้น เราต่างก็กลัวสิ่ง
เหล่านั้นมาก พอคิดดูตอนนี้ ฉันก็เข้าใจแล้ว
ว่าทำไมสิ่งเหล่านั้นถึงมีอยู่มากมายนัก — มี

ต้นไม้ล้อมรอบบ้านหลังเล็กของเรา และน้อง
ชายของฉันกับฉันอยู่ในครัว (อาหารอยู่ใน
ครัว) เราเป็นเป้าหมายหลักของศัตรูพืชเหล่า
นั้น เราต่อสู้เพื่อเอาชีวิตรอดในห้องนั้น ... โอ้
พระเจ้า!

ฉันกับน้องชายต้องนอนโดยเอาผ้าห่มคลุม
ร่างกายทั้งตัวตั้งแต่หัวจรดเท้า โดย เอาผ้าห่ม
คลุมไว้ใต้เท้าและใต้หัวเพื่อไม่ให้แมลงพวก
นั้น คลาน ข้ามตัวเรา เมื่อปิดไฟ เราก็ได้ยิน
เสียงแมลงพวกนั้นคลานและบินลงมาเกาะบน
ผ้าห่มอย่างแรง ฉันไม่รู้ ว่า เราหลับได้ยังไง
ฉันคิดว่าความกลัวสิ่งเหล่านั้นทำให้เรากลัว
จนนอนไม่หลับ

มีบางครั้งที่เรากลับบ้านตอนกลางคืนและเปิด
ไฟ (ฉันแค่จำได้ว่าฉันรู้สึกกลัวเมื่อลูกสาว
เข้าไปในห้องนั้นเพื่อเปิดไฟ ฉันมักจะยืนอยู่
ข้างหลังเธอเสมอ) เมื่อเธอเปิดสวิตช์ เราก็เห็น
พวกมันกระจัดกระจายไปทั่วทุกหนทุกแห่ง
แม่ของฉันพยายามทุกวิถีทางที่จะดับสิ่งเหล่า
นั้น แต่ก็ไม่มีประโยชน์ แม้ว่าห้องของเธอจะ
ไม่มี สิ่ง มีชีวิตที่น่ากลัวเหล่านี้ แต่เธอก็

พยายามอย่างเต็มที่เพื่อให้แน่ใจว่าลูกสาวตัว
น้อยของเธอจะปลอดภัยจากพวกมัน เธอมักจะ
หยอดสำลีในหูของน้องสาวตัวน้อยของฉัน
ก่อน นอนทุกคืน เพื่อให้แน่ใจว่าพวกมันจะไม่
คลาน เข้าไปในขณะที่เธอนอนหลับ

ในระหว่างนั้น ฉันกับน้องชายต้องต่อสู้ดิ้นรน
เอาชีวิตรอดและกลัวจนนอนไม่หลับ... ดูแล้ว
ตลกดีจริงๆ น้องสาวตัวน้อยของฉันเป็นเด็กที่
น่ารักที่สุด และแม่ของฉันก็รักเธอมาก เท่าที่
ฉันจำได้ น้องสาวตัวน้อยของฉันไม่เคยโดนตี
เลย เธอเป็นเด็กดี

การใช้ชีวิตอย่างยากไร้ ทำงานหนักในทุ่งนา
เลี้ยงลูกสามคนเพียงลำพัง และยังคงทำสิ่งที่
ต้องทำเพื่อให้พวกเราปลอดภัยและได้รับการ
ปกป้อง แสดงให้เห็นถึงความเข้มแข็งในตัว
เธอ เธอเป็นผู้หญิงที่เข้มแข็ง และฉันชื่นชม
การต่อสู้ดิ้นรนที่เธอเอาชนะมาได้ และวิธีที่
เธอพยายามดิ้นรนเพื่อรีดไถบางสิ่งบางอย่าง
จากความว่างเปล่า

ฉันรักคุณเพราะสิ่งนี้ แม่ และฉันรักคุณที่รักพี่
ชาย น้องสาว และฉันในแบบที่แม่ทำ ฉัน
มั่นใจมากว่าเธอตั้งใจที่จะไม่ปล่อยให้
สถานการณ์ทางการเงินของเธอ — หรือความ
เจ็บปวดและภาวะซึมเศร้าที่เกิดจากการไม่มี
การสนับสนุนที่จำเป็น — มาขัดขวางไม่ให้
เธอทำทุกสิ่งที่เธอต้องทำเพื่อลูกๆ ของเธอ

การต่อสู้ ความยากลำบาก น้ำตา ความเจ็บ
ปวด และความพยายามทั้งหมดของคุณได้รับ
ผลตอบแทนแล้ว คุณคงจะภูมิใจมากที่ลูกๆ
ของคุณเป็นเช่นนี้ทุกวันนี้

ไม่นานหลังจากนั้น พี่ชายของแม่ก็ให้รถยนต์
คันหนึ่งแก่แม่ เป็นรถ GTO สีน้ำเงินที่ทาสีดำ
ไว้บนจุดกลมขนาดใหญ่ ช่างเป็นการขับขี่ที่ดุ
เดือดจริงๆ แม่ ของฉันขับรถคันนั้นได้ดีมาก
เธอขับได้ดีมาก และพาเราไปทุกที่ นั่งนึกถึง
เรื่องนี้และพยายามนึกอยู่ว่าแม่ไม่เคยมีพี่เลี้ยง
เด็กให้เราเลย ฉันไม่รู้ว่า แม่ จัดการเรื่องนี้ได้
อย่างไร

อย่างไรก็ตาม เราสามารถขับรถ GTO พร้อม
เครื่องยนต์ที่เร่งเต็มที่ไปได้ทุกที่ ฉันชอบฟัง
เธอเร่งเครื่องยนต์มาก มัน ทำให้ฉันมีความ
สุขมาก จนถึงทุกวันนี้ ฉัน โดน ใบสั่งจากการ
ขับรถเร็วเกินกำหนดหลายครั้ง ฉันจำ " รถจี๊ป
ในป่า " (ชื่อของฉัน) ที่เธอขอยืมมาจากที่ไหน
สักแห่งได้ เธอขับรถไปทั่วเมืองด้วยรถคันนี้
ทำให้รถเด้งขึ้นลงอย่างใดอย่างหนึ่งทุกครั้งที่
เธอหยุดรถที่ป้ายหยุด ซึ่งแน่นอนว่าทำให้เรา
หัวเราะ

ฉันรักผู้หญิงคนนี้จริงๆ และเธอก็รักลูกๆ ทั้ง
สามของเธอมาก แม้ว่าเราจะ ไม่มี เงิน แต่เธอ
ก็ทดแทนด้วยความรักและความเอาใจใส่
ตอนที่อยู่ชั้นประถม ฉันจำไม่ได้ ว่า โดนตี
บ่อยแค่ไหน ฉันคิดว่าตัวเองเป็นเด็กดีทีเดียว
แม้ว่าจะมีครั้งหนึ่งที่ฉันจำได้ว่าก้นของฉันถูก
ฉีกออกจากกรอบ แม่ของฉันคงไปที่ร้านหรือ
อะไรทำนองนั้น

ขณะที่เธอไม่อยู่ ฉันเปิดเตารีดและบอกให้พี่
ชายยื่นแขนออกมา และเขาก็ทำตาม ฉันแตะ
แขนของเขาด้วยเตารีด ทุกครั้งที่ฉันนึกถึง

ความทรงจำอันน่าสยดสยองนี้ หัวใจของฉันก็
เจ็บปวด ฉันคิดอะไรอยู่เนี่ย พระเจ้าช่วย! เรา
ทั้งคู่ยังเด็กมาก ฉันไม่คิดจริงๆ ว่า จะ เกิด
อะไรขึ้นถ้าฉันแตะแขนของเขาด้วยเตารีด
ร้อนๆ นั่น

น้องชายของฉันกรีดร้องด้วยความเจ็บปวด
และฉันคิดว่าฉันเริ่มร้องไห้ในนาทีที่เขากรีด
ร้อง เพราะฉัน ทำให้ เขาเจ็บ และการเห็นเขา
เจ็บก็ทำให้ฉันเจ็บ เด็กๆ ทำเรื่องแย่ๆ จริงๆ
เมื่อพวกเขา ไม่ คิดอะไร หัวใจของฉันเจ็บ
ปวดในขณะที่ฉันเขียนสิ่งนี้ เพราะมันยัง
ทำให้ฉันเจ็บที่รู้ว่าฉันทำให้น้องชายของฉัน
เจ็บ... ฉันคิดอะไรอยู่? นั่นแหละ ... ฉัน ไม่ ได้
คิด แม้ว่าฉันจะเป็นเด็ก ฉันก็ยังถือว่าตัวเองรับ
ผิดชอบ แม่ของฉันอารมณ์เสียกับฉันมาก

ในที่สุด แม่ของฉันก็หาเงินได้มากพอที่จะซื้อ
รถคันใหม่ ให้ ครอบครัวเล็กๆ ของเราได้
เหมือนกับ GTO เธอจะพาเราไปเที่ยวในช่วง
สุดสัปดาห์

แม่ของฉันผลักดันเราอย่างหนักในเรื่องการ
เรียน  เธอต้องการสิ่งที่ดีที่สุดสำหรับเราและ
ทำงานหนักเพื่อให้สิ่งที่ดีที่สุดแก่เรา  เธอไม่
เคยกดดันพ่อของฉันให้ช่วยเธอกับฉัน  ฉัน
แน่ใจ  ว่าเธอคงเสียใจที่พ่อไม่  ช่วย  ฉันมาก
เท่าที่ฉัน พูด ไปก่อนหน้านี้ เธอตั้งใจที่จะมอบ
ชีวิตที่ดีกว่าให้กับลูกๆ  ของเธอมากกว่าที่เธอ
เคยมีในวัยเด็กของเธอเอง  ฉันจำเรื่องราวที่
เธอเล่าให้ฉันฟังว่าการเติบโตในความยากจน
ของเธอนั้นยากลำบากขนาดไหน …

การเติบโตในจอร์เจียนั้นยากลำบากและ
หนาวเย็น  เธอเล่าให้ฉันฟังเกี่ยวกับรองเท้าคู่
หนึ่งที่ได้รับมา เธอรู้สึกดีใจมากที่ได้รองเท้าคู่
นั้นมาและนอนใส่รองเท้าคู่นั้นตลอดทั้งคืน
เช้าวันรุ่งขึ้น รองเท้าคู่นั้นก็ ไม่ ยอมหลุดออก
จากเท้าของเธอเพราะรองเท้าของเธอบวม
เพราะรองเท้ามีขนาดเล็กเกินไป  เธอเล่าให้
ฉันฟังว่าพวกเขาไม่มี เงิน ซื้อของเล่น เธอจึง
ทำของเล่นจากขวดโดยยัดหญ้ายาวๆ ไว้ที่คอ
ขวด ทำเป็นตุ๊กตา

เธอหยิบกระป๋องใหญ่ที่มีลวดสอดอยู่ด้านใน
เติมหินลงไป แล้วทำที่จับลวดแบบทำเองเพื่อ
ทำลูกกลิ้งที่เธอสามารถเข็นได้ เธอทำให้ฉัน
ทึ่งกับสิ่งประดิษฐ์ของเล่นของเธอ เมื่อเธอเล่า
เรื่องเหล่านี้ให้ฉันฟัง ฉันก็จะนั่งฟังอย่างตั้งใจ
ทุกครั้งที่ฉันนึกถึงเธอเดินไปโรงเรียนด้วย
ถุงเท้าที่แข็งเป็นน้ำแข็งติดขา หรือตอนที่เธอ
ยังคงอบอุ่นขณะนอนหลับตลอดคืน — ด้วย
ผ้าห่มสะอาดๆ คลุมร่างกายของเธอในขณะที่
กองเสื้อผ้าสกปรกไว้ด้านบนเพื่อให้ความ
อบอุ่น — มันทำให้หัวใจของฉันเจ็บปวด

ทุกครั้งที่ฉันนึกถึงวัยเด็กของเธอ ฉันก็จะ
เกลียดเธอมาก ข้อดีของเรื่องทั้งหมดนี้ก็คือ
เธอมีอารมณ์ขันที่ดีเมื่อเล่าเรื่อง แต่ฉันจะ
สงสัยเสมอว่าประสบการณ์เหล่านั้นส่งผลต่อ
ชีวิตของเธอทางอารมณ์อย่างไร

อย่างที่ฉันพูดไปตอนแรก เธอต้องการสิ่งที่ดี
ที่สุดสำหรับเราและพยายามอย่างเต็มที่เพื่อให้
สิ่งนี้เกิดขึ้น เธอไม่เคยปล่อยให้เราไป
โรงเรียนโดยดูเหมือนว่าเราถูก ทิ้ง เธอ ใช้
แผนการผ่อนชำระอย่างเต็มที่เพื่อให้แน่ใจว่า

ลูกๆ ของเธอจะดูดีและดูดีเมื่อไปโรงเรียน ฉัน
คิดถึงเธอมาก

แม้ว่าชีวิตของฉันจะพลิกผันไปในทางที่เลว
ร้าย แต่ฉันอยากให้คุณได้เห็นฉันในวันนี้ เมื่อ
อ่านสิ่งนี้ ฉัน แน่ใจ ว่าคุณคงสังเกตเห็นแล้ว
ว่าฉันเปลี่ยนจากการเล่ารายละเอียดเกี่ยวกับ
ชีวิตของตัวเองไปเป็นการพูดเหมือนกับว่าฉัน
กำลัง พูดบางอย่างกับแม่จริงๆ ใช่แล้ว ฉัน
กำลังทำอยู่ มีบางอย่างที่ฉันอยากพูดกับแม่
แต่ฉันทำ ไม่ ได้ เพราะแม่ ไม่ อยู่ที่นี่ ดังนั้น
ฉัน จึง บอกสิ่งเหล่านี้กับแม่ในขณะที่ทบทวน
ชีวิตของตัวเองผ่านกระดาษแผ่นนี้

แม่ของฉันซื้อเครื่องทำความร้อนแบบพกพา
เพื่อให้บ้านหลังเล็กของเราอบอุ่น เครื่อง
ทำความร้อนแบบพกพาจะมีเส้นซิกแซกที่มอง
เห็นได้ชัดเจนเมื่อเครื่องทำความร้อนทำความ
ร้อนขึ้น โดยเส้นจะเปลี่ยนเป็นสีแดง แม่เคยมี
เครื่องทำความร้อนแบบนี้ไว้ในแต่ละห้องของ
บ้านหลังเล็กหลังนั้นเพื่อให้เราอบอุ่น

" วิกกี้ คุณและมาร์ก อย่าเข้าไปใกล้เครื่อง
ทำความร้อนนั้น และอย่า เอา นิ้วเข้าไปตรง
นั้น " คือสิ่งที่เธอเคยพูด

ฉันรักบ้านหลังที่ 204 Grand Rondo มาก มีทั้ง
ความรัก ความสุข และความยินดีมากมายที่
เกิดขึ้นจากบ้านหลังเล็กๆ นั้น ฉันจะรักษาบ้าน
หลังนี้ไว้ตลอดไป

# บทที่ 2

## คุณแม่

แม่ที่รักลูกอย่างแท้จริงจะทุ่มเทเวลาและ
พลังงานให้กับพวกเขาเป็นอย่างมาก แม่ของ
ฉันทุ่มเททุกอย่างให้กับเรา แม้แต่การตีเราก็
ทำให้หัวใจเธอสลาย ฉันจำได้ว่าครั้งหนึ่งเธอ
เคยรู้สึกขัดใจ แต่เธอก็ต้องทำในสิ่งที่ต้องทำ
เพื่อให้ฉันเข้าใจมากขึ้นและฝึกฝนฉันในทาง
ที่เป็นประโยชน์ต่อฉันในฐานะผู้ใหญ่

ฉัน รู้สึก ขอบคุณทุกครั้งที่เธอตำหนิ ตี
ลงโทษ หรือเฆี่ยนตีฉันตรงๆ ตอนนั้นฉันไม่รู้
สึกดี แต่ตอนนี้ฉันรู้สึกดีขึ้นแล้ว " ขอบคุณ นะ
แม่ "

ตอนแรกชีวิตเราลำบากมาก เธอเคยอาบน้ำ
ให้เราในอ่างสังกะสีขนาดใหญ่ที่มีที่จับสอง
ข้าง ฉันจำได้ว่าเธอเคยอาบน้ำให้ฉันในอ่างนี้
ซึ่งเธอซื้อมาจากร้าน Pic N Save ในท้องถิ่น

ฉันจำไม่ได้ ว่า บ้านของเรามีอ่างอาบน้ำหรือ
ไม่ แต่ฉันรู้ว่าเธออาบน้ำให้เราในอ่างนั้น เธอ
คงเจ็บปวดมากที่ต้องใช้ชีวิตด้วยเงินที่จำกัด
ฉันเข้าใจว่าเธอต้องการสิ่งที่ดีที่สุดสำหรับเรา
และการต้องทำให้เรา — และตัวเธอเอง —
ต้องใช้ชีวิตแบบยากไร้ทำให้เธอต้องแตก
สลาย เช่นเดียวกับสิ่งอื่นๆ อีกมากมาย แต่ถึง
กระนั้น เธอก็ยังทำทุกอย่างให้ดีที่สุด แม้จะมี
อ่างสังกะสี แมลงสาบ และการนอนเตียงเดียว
กับพี่ชาย ฉันยังคงเป็นเด็กผู้หญิงตัวน้อยที่มี
ความสุข

ครั้งหนึ่ง ฉันเคยเกิดแผลที่ศีรษะอย่างรุนแรง
จากการเล่นดินในสวนหลังบ้าน ฉันชอบสวน
หลังบ้านมาก ฉันกับพี่ชายมักจะสนุกสนานกัน
มากในการเล่นที่นั่น อย่างไรก็ตาม แผลขนาด
ใหญ่เป็นสิ่งที่ฉัน ไม่มี วันลืม แม่ของฉันซื้อ
น้ำยาฆ่าเชื้อมาขวดหนึ่งและดูแลบริเวณนั้น
เป็นประจำจนกว่าจะหาย ฉันจำเหตุการณ์นั้น
ได้อย่างชัดเจนเพราะความเจ็บปวดจากการที่
เธอขัดถูบริเวณที่ติดเชื้อ

" มันเจ็บนะแม่ หยุดเถอะ มันเจ็บ! " ฉัน
คร่ำครวญ กรีดร้อง และร้องไห้ ขอร้องให้เธอ
หยุด แต่เธอต้องทำเพื่อการรักษา แม่ของฉัน
ต้องจัดการอย่างหนักเพื่อให้เรามีสุขภาพดี
ฉันรู้ว่าเธอไม่มี เงิน ที่จะดูแลเราให้แข็งแรง
หรือจ่ายให้หมอเมื่อเราป่วย แต่เธอก็สามารถ
จัดการได้

น้องชายของฉันมีตุ่มนูนใต้รักแร้จากการเล่น
กับลูกๆ ของเพื่อนบ้าน แม่ ของฉันต้องรีบพา
เขาไปห้องฉุกเฉินในเมืองเดแลนด์ รัฐ
ฟลอริดา ซึ่งอยู่ห่างจากเมืองเครสเซนต์ซิตีไป
ประมาณ 40 นาที เขาไม่สามารถ ปล่อย แขน
ลงได้สุดเพราะอาการบวม เขาจึงต้องพยายาม
ไม่ให้แขนยื่นออกไปด้านข้าง

ฉันนั่งรออยู่ในห้องรับรองของโรงพยาบาล
แล้วจู่ๆ ฉันก็ได้ยินเสียงพี่ชายของฉันกรีดร้อง
ด้วยความเจ็บปวดด้วยเสียงแหลมสูง เขา
ตะโกนสุดเสียง พระเจ้า! หลังจากนั้น ฉันไม่
ชอบเพื่อนบ้านของเราอีกต่อไป

หน้าบ้านของเรามีทะเลสาบขนาดใหญ่มาก มี
ทุ่งหญ้าขนาดใหญ่อยู่ด้านหน้า ทะเลสาบแห่ง
นี้ไหลผ่านบริเวณต่างๆ ของเมือง Crescent
City มาร์กและฉันจะออกไปจับหิ่งห้อยในยาม
พลบค่ำ

ในวันอากาศแจ่มใส เรา จะ วิ่งออกไปที่ทุ่ง
หญ้าขนาดใหญ่และเล่นว่าว ถ้าฉันย้อนเวลา
กลับไปได้ก็คงดี! เรา จะ วิ่งเล่นและสนุกสนาน
กันในทุ่งหญ้าแห่งนั้น เธอไม่ยอมให้เราว่าย
น้ำมากเกินไป เพราะมีคนจมน้ำเสียชีวิต ไป
หลายคนแล้ว

ครั้งแรกที่แม่ของฉันปล่อยให้ Mark เดินไปที่
ร้าน — ร้านเล็กๆ ของครอบครัวชื่อ Nettles
— เพียงลำพัง ร้านนั้นอยู่ห่างออกไปเพียง
หนึ่งช่วงตึกครึ่ง พวกเราทุกคนมารวมตัวกันที่
หน้าต่าง ดูเขาเดินไปที่ร้าน แม่ส่งเขาไปซื้อ
ผ้าอ้อมให้ Nikki พวกเรานั่งดูเขาหายไปที่มุม
ถนน จากนั้นก็รออย่างกระวนกระวาย ในที่สุด
เขาก็ปรากฏตัวอีกครั้ง เดินมาที่มุมถนนพร้อม
กับถุงกระดาษใบใหญ่ที่เกือบจะเท่ากับตัวเขา
แม่ของฉันและฉันภูมิใจในตัวเขามาก! เมื่อ

Mark กลับมาถึงบ้าน พวกเราทุกคนก็หัวเราะ
และโอบกอดกัน

ในช่วงฤดูร้อน เราต้องทำงานร่วมกับแม่ในทุ่ง
นาโดยตัดเฟิร์น เพื่อหาเงินไปซื้อเสื้อผ้าไป
โรงเรียนและสิ่งอื่นๆ ที่เราต้องการหรือจำเป็น

เธอ ไม่ ยอมให้เรากินขนมหรือดื่มโซดาเยอะ
แต่เรากินของว่างเพื่อสุขภาพแทน เราไม่
สามารถ กิน ช็อกโกแลตหรือดื่มโซดาได้ เมื่อ
แม่ของฉันเริ่มใส่ใจเรื่องสุขภาพ เราก็กินแค
โรบแทนช็อกโกแลต และดื่มน้ำผลไม้และนม
แทนโซดา โอ้ ฉันโหยหาช็อกโกแลตมาก!
คุณรู้ไหม ฉันกินช็อกโกแลตราวกับว่ามัน เป็น
มื้อสุดท้ายของชีวิต จนถึงทุกวันนี้
ช็อกโกแลตก็ ยัง คงเป็นอาหารโปรดของฉัน
แม่ของฉันสนใจอาหารเพื่อสุขภาพมากขึ้นจน
ซื้อเครื่องนี้ที่ชื่อว่า " เครื่องคั้นน้ำผลไม้ " เธอ
คั้นน้ำผลไม้จากผลไม้และผักสดเอง และเธอ
ยังปลูกต้นอัลฟัลฟาเองอีกด้วย แย่จัง!

วันนั้น แม่ของฉันคง หาพี่เลี้ยงเด็กให้น้องสาว
ของฉัน ไม่ ได้ เพราะเธอต้องไปตัดเฟิร์น ฉัน

จึงต้องนั่งในรถเพื่อดูแลน้องสาวในขณะที่แม่
ทำงาน ฉันรู้สึกว่ามันเป็นเรื่องยากที่สุดในโลก
เพราะน้องสาวของฉันขยันเกินไปสำหรับฉัน
เธอจะเดินเหยียบย่ำฉันและข่วนฉันด้วยเล็บที่
แหลมคม เธอทำให้ฉันโกรธมาก

ฉัน ไม่ สามารถ บีบเธอได้เพราะฉันไม่มี ใจ ที่
จะทำ และอีกเหตุผลหนึ่งก็คือแม่ของฉันจะ
ตรวจดูลูกสาวของเธอและพบรอยต่างๆ (น้อง
สาวของฉันมีผิวที่ขาวมาก) ซึ่งจะหมายถึงการ
ทรมานสองเท่าสำหรับฉัน: รอยขีดข่วนและ
การระคายเคืองจากน้องสาวของฉันและการ
เฆี่ยนตีจากแม่ของฉัน มันไม่ คุ้ม ค่าเลย ดัง
นั้นฉันจึงบ่นแทน ไม่มีใครสามารถแตะต้อง
น้องสาวของฉันได้ แม่ของฉันระมัดระวังและ
ปกป้องเธอมาก นอกเหนือจากการปกป้องตาม
ปกติของเธอ เธอยังระมัดระวังเป็นพิเศษเพราะ
น้องสาวของฉันต้องเข้ารับการผ่าตัด

แทนที่จะทนทุกข์ทรมานเป็นสองเท่า ฉันจึง
บ่นว่า " แม่ โปรดปล่อยฉันออกจากรถด้วย "

" โอเค คุณออกมาตัดเฟิร์นต้นนี้ แล้วฉัน จะ
ดูแลน้องสาวของคุณ " ไม่ถึง สิบ นาที ฉันก็
เปลี่ยนใจ เมื่อฉันตัดพวงแรกเสร็จ ฉันก็เริ่ม
บ่นว่าอยากกลับเข้าไปในรถเพื่อให้น้องสาว
ข่วนฉันให้เสร็จ

พ่อของฉันมักจะแวะมาหาฉันกับแม่เป็นครั้ง
คราว พ่อมักจะนำเพื่อนๆ หรืออย่างน้อยก็
เพื่อนคนหนึ่งมาด้วยเต็มรถ ฉันแทบจำไม่ได้
เลยว่ามีครั้งหนึ่งที่พ่อจะมารับฉันเอง ดูเหมือน
ว่าเขาจะกลัวที่จะอยู่กับเราเพียงลำพัง

เมื่อใดก็ตามที่เขามา ตัวตนของฉันจะ
สว่างไสว เขาจะพาฉันไปด้วยและเพื่อนๆ ของ
เขา ฉันภูมิใจมากที่ได้อยู่กับเขา ทุกคนเคย
เรียกฉันว่า " ลิล แฮ งค์ " เพราะฉันดูเหมือน
เขามาก และชื่อเล่นของเขาคือ " แฮงค์ " พ่อ
ของฉันจะพาฉันไปที่ที่พวกเขาออกไปเที่ยว
ด้วยกัน โดยอวดฉัน ( ชื่อเล่น " ชับ " ของ
เขา ) ให้เพื่อนๆ ของเขาที่ไปเที่ยวที่นั่นดู พ่อ
ของฉันไม่เคยเรียกฉันว่าวิกกี้ เขาเรียกฉันว่า

" ชับ " เสมอ จนกระทั่งวันหนึ่งที่เขาหยุดเดิน
บนโลกใบนี้ เขาเรียกฉันว่าชับ

เขาเต้นได้ ฉันหมายถึงเต้นได้จริงๆ นะ เต้น
จนเหงื่อไหลออกจากตัว ลักษณะนิสัยนั้นต้อง
ซึมเข้าสู่กระแสเลือดของฉันแน่ๆ เพราะฉัน
ชอบเต้น ฉัน เคย ชนะการประกวดเต้นหลาย
รายการในช่วงหลายปีที่ผ่านมา (ราชินีป๊อป
ล็อค คู่เต้นของไมเคิล แจ็กสัน ) ...ใช่แล้ว ใช่
แล้ว นั่น คือ ฉัน และฉันยังคงเอาชนะพวกเขา
ได้เกือบหมด!

พ่อของฉันและฉันมักจะไปเต้นกันที่กลาง
ฟลอร์เต้นรำในจุดเล็กๆ ตรงนั้น โดยมีเพื่อนๆ
ของเขาอยู่รอบๆ เต้นรำกันแค่ฉันกับเขา พ่อ
ของฉันมีเพื่อนสองสามคนที่สูงเท่าเขา (พ่อ
ของฉันสูง 6 ฟุต 9 นิ้ว ) ที่ชอบเลียนแบบวง
Temptations ร้องเพลง "Silent Night" ฉันชอบ
นั่งดูเขาและเพื่อนๆ ของเขาเลียนแบบวง
Temptations ใจฉันเต้นแรงทุกครั้งที่ได้ยิน
เพลงนี้ ตอนนี้เมื่อฉันได้ยินเพลงนี้ ฉันต้อง

เปลี่ยนสถานีวิทยุ ถ้าไม่ทำ ฉัน ก็ จะเจ็บและน้ำตาจะไหล

ฉันคิดถึงพ่อมาก โลกนี้ช่างไม่ยุติธรรมเลย

เมื่อก่อนตอนที่พ่อพาฉันกลับบ้านดึกๆ ฉันจะร้องไห้หนักมากตอนที่พ่อไม่อยู่ และแม่ก็จะกอดฉันเอาไว้ ฉันเดาว่า แม่คงทำอะไร ไม่ ได้มากนัก ฉันรู้ว่าแม่เสียใจที่เห็นฉันเป็นแบบนั้น เพราะฉันต้องการพ่อ แต่พ่อก็อยู่ไม่ได้ เมื่อฉันเข้ามาในบ้านแล้ว ในที่สุดฉันก็จะรู้สึกดีขึ้นหลังจากที่ได้เล่นกับน้องชาย

วันหนึ่งในช่วงฤดูร้อน มีการเปลี่ยนแปลงครั้งใหญ่เกิดขึ้น เมื่อแม่ ย่า และน้องชายของฉันเพิ่งกลับมาจากที่ทำงาน แม่ขับรถปิ๊นโตคันเล็กของเธอ ส่วนย่านั่งเบาะข้าง และน้องชายของฉันก็นอนอยู่ที่เบาะหลัง ขณะเลี้ยวออกจากทางหลวงหลักเพื่อไปรับย่ากลับบ้าน รถบรรทุก 18 ล้อที่วิ่งมาด้วยความเร็วสูงก็พุ่งชนพวกเขาจากด้านหลัง พวกเขาทั้งหมดต้องถูกนำตัวส่งโรงพยาบาล ฉันจำรายละเอียดทั้งหมดไม่ได้ แต่ ฉันจำได้ว่าแม่และย่าของ

ฉันใส่เฝือกคอเป็นเวลานาน น้องชายของฉัน
ไม่เป็นไร แต่ถ้าเขาไม่ ได้ นอนหลับอยู่ที่เบาะ
หลัง เขาคงเสียชีวิตทันที

แม่และย่าของฉันจ้างทนายความและฟ้อง
บริษัทที่เป็นเจ้าของรถบรรทุก 18 ล้อ ในขณะ
ที่รอให้คดียุติ แม่ของฉันเริ่มศึกษาพระคัมภีร์
กับผู้หญิงคนหนึ่งที่รู้จักกันในชื่อพยานพระยะ
โฮวา ใน ที่สุด คดีก็ยุติลง และแม่ของฉันก็ซื้อ
ที่ดินสองสามเอเคอร์ในเขตชานเมืองของ
Crescent City ทันที พร้อมกับรถพ่วงใหม่เอี่ยม
กว้างสองเท่าเพื่อจอดบนที่ดินกว้างขวางแห่ง
นี้ เป็นบ้านที่สวยงามพร้อมสิ่งอำนวยความ
สะดวกครบครัน ฉันจำได้ว่าเมื่อเราไปที่
Palatka รัฐฟลอริดา (ห่างจาก Crescent City
ไปทางเหนือประมาณสี่สิบไมล์) เพื่อเลือกบ้าน
บ้านเหล่านั้นล้วนดีหมด บ้านที่แม่ของฉัน
เลือกนั้นดีเป็นพิเศษ มี 3 ห้องนอน 2 ห้องน้ำ
ห้องนั่งเล่น ห้องในฟลอริดา ห้องรับประทาน
อาหาร บาร์ ครัวที่สวยงาม และห้องซักรีด ใน
ที่สุด เธอได้เพิ่มระเบียงแบบมีมุ้งลวดที่ด้าน
หน้าและด้านหลังของบ้าน

ในที่สุดแม่ของฉันก็สามารถเลี้ยงลูกๆ ใน
สภาพแวดล้อมแบบที่เธอต้องการให้เรามีมา
โดยตลอด ฉัน จำ ไม่ ได้จริงๆ ว่าตอนย้าย
ออกจากบ้านหลังเล็กสามห้องของเราไปยัง
บ้านหลังใหญ่หลังใหม่เอี่ยมที่มีพื้นที่กว้าง
ขวางนี้ ฉันจำได้ว่าตอนนั้นฉันอายุประมาณ
สิบสองขวบ ฉันเริ่มเข้าเรียนมัธยมต้นแล้ว —
โรงเรียนมัธยมมิลเลอร์

สิ่งต่างๆ เริ่มแตกต่างไปเล็กน้อยและซับซ้อน
ขึ้นเล็กน้อยเพราะแม่ของฉันจุดประกายความ
รักที่มีต่อพ่อของพี่ชายฉันขึ้นมาอีกครั้ง เห็น
ได้ชัดว่าเขาได้เปลี่ยนแปลงบางอย่างที่สำคัญ
จากตอนที่พวกเขา อยู่ ด้วยกันเมื่อหลายปี
ก่อน ฉัน พูด แบบนี้ด้วยเหตุผลสองประการ
ประการแรก เพราะเธอเห็นเพียงพอที่จะ
พิจารณาคบกับเขา และประการที่สอง เพราะ
เธอแต่งงานกับเขาด้วยซ้ำ ในฐานะผู้ใหญ่ ฉัน
สามารถพูดได้ว่าการแต่งงานเป็นความผิด
พลาดที่เลวร้ายที่สุดที่เธออาจทำในชีวิตของ
เธอได้ ผู้คนสามารถโน้มน้าวคุณว่าพวกเขา
เปลี่ยน ไปแล้ว และบางคนก็พยายามอย่าง

จริงใจและพยายามที่จะเปลี่ยนแปลง แต่พฤติ
กรรมเก่าๆ นั้นยากจะเลิกได้... ผู้ชายคนนี้จะ
พิสูจน์ว่าคำพูดซ้ำซากนี้ เป็น จริง

อย่างไรก็ตาม ในที่สุดพวกเขาก็แต่งงานกัน
และตอนนี้ก็ไม่ใช่แค่พวกเราสี่คนอีกต่อไป
เธอต้องแบ่งเวลาให้กับผู้ชายคนนี้ ไม่เคยมี
ผู้ชายคนไหนอยู่ในบ้านของเราเลยจนกระทั่ง
ตอนนี้ และมันรู้สึกแปลกๆ ฉันจะไม่ยอมให้
ผู้ชายคนนี้มาบอกฉันว่าต้องทำอย่างไร ไม่ว่า
จะ เป็น พ่อเลี้ยงหรือไม่ก็ตาม

ชีวิตในโรงเรียนเริ่มซับซ้อนขึ้นเล็กน้อย
เพราะฉันต้องไปโรงเรียนกับเด็กโต เด็กโต
บางครั้งอาจใจร้ายและล้อเลียนคุณเพราะคุณ
แตก ต่างและไม่ชอบในสิ่งที่เด็กคนอื่นๆ ชอบ
เนื่องจากความเชื่อทางศาสนาของเรา มีหลาย
อย่างที่เราไม่ได้ ทำ เพราะเหตุนี้ ฉันจึงถูก
หยิบยกขึ้นมาเป็นบางครั้ง แม้ว่าจะเป็นเช่น
นั้น ฉันไม่เคยเข้าไปยุ่งเกี่ยวกับการทะเลาะ
หรือโต้เถียงในโรงเรียนเลย ฉันมุ่งมั่นกับ
การบ้านและการศึกษาพระคัมภีร์ที่บ้าน

ฉันกับน้องสาวพักในห้องที่มีเตียงคู่ ห้องนั้นดี
มาก มีโต๊ะทำงาน โคมไฟน่ารัก และวิทยุ (ฉัน
ชอบฟังเพลงและยังคงชอบอยู่) ส่วนพี่ชายมี
ห้องส่วนตัว และห้องของเราทุกห้องมีตู้เสื้อผ้า
แบบวอล์กอินขนาดใหญ่

เมื่อไฟดับหมดและทุกคนเข้านอนแล้ว ฉันจะ
นั่งดูพระจันทร์ดวงใหญ่ที่สว่างไสวจาก
หน้าต่าง ดวงดาวส่องประกายสว่างไสวไม่แพ้
พระจันทร์ พระจันทร์และดวงดาวส่องประกาย
อย่างสว่างไสวในชนบท บ้านใหม่ของเราอยู่
ในพื้นที่ป่าไม้ริมถนนในชนบท ฉันก็คิดถึง
บ้านหลังนั้นเหมือนกัน ฉันชอบมองดูท้องฟ้า
และพระจันทร์ดวงใหญ่ที่สว่างไสวสวยงาม
การได้เพลิดเพลินกับความเงียบสงบที่เกิดขึ้น
ในชนบททำให้รู้สึกสงบสุขเมื่อได้มองดูมัน

ฉันยังคงนึกภาพเด็กหญิงตัวน้อยนั่งอยู่ใน
ห้องของเธอและมองขึ้นไปบนท้องฟ้า ราวกับ
ว่ามันเกิดขึ้นเมื่อวานนี้ ฉันจำได้ว่าแม่ พี่ชาย
น้องสาว และฉันขี่จักรยานไปตามถนนที่ทอด
ผ่านหน้าบ้านของเราเป็นเวลานาน เรามักจะขี่
จักรยานผ่านทุ่งมันฝรั่งขนาดใหญ่ที่มีรถ

แทรกเตอร์ขนาดใหญ่และโรงเก็บเครื่องมือ
ขนาดใหญ่ ฉันเดาว่านั่น คือ ที่ที่พวกเขาเก็บ
มันฝรั่ง

ฉันเดาว่าคุณคงนึกออกว่ามีฟาร์มมันฝรั่งอยู่
ห่างจากบ้านเราไปประมาณหนึ่งไมล์ และทุ่ง
มันฝรั่งทอดยาวออกไปหลายไมล์ เป็นภาพที่
น่าตื่นตาตื่นใจมาก

ตอนเย็น บางครั้งเราออกไปเดินเล่นบนถนน
สายนั้น ตอนนี้ฉันเข้าใจแล้วว่าแม่ยังคงใช้
เวลากับลูกๆ ของเธออย่างมีคุณภาพ แม้ว่า
ตอนนั้น ฉันอยากให้พวกเราทุกคน - ลูกๆ
ของเธอ - ได้รับความสนใจจากเธอตลอดเวลา
ยกเว้นสามีของเธอ บางครั้ง เราเดินขึ้นเนินไป
ที่บ้านของยาย เคย มีคลับแห่งหนึ่งที่ตั้งอยู่
ตรงกลางระหว่างระยะทางจากบ้านของเราไป
บ้านยาย คลับ นั้นชื่อว่า " คลับ 17 " ฉันจำได้
ดี เราเคยมีช่วงเวลาดีๆ กันในรถพ่วงคันนั้น
แต่ช่วงเวลาที่ดีที่สุดที่เราได้ใช้ร่วมกันคือตอน
ที่เราอาศัยอยู่ในบ้านสามห้องนั้น

ในช่วงวันหยุดหรือวันหยุดพักร้อน เรามักจะ
ไปที่จอร์เจีย (กรีนวิลล์) ครอบครัวของเธอ
ส่วนใหญ่ (ป้า ลุง พ่อ ลูกพี่ลูกน้อง ฯลฯ) ยังคง
อาศัยอยู่ในจอร์เจีย อย่างไรก็ตาม ทุกครั้งที่
เราไปเยี่ยมเยียน ฉันสนุกสนานมากที่ได้เล่น
กับลูกพี่ลูกน้อง และฉันก็รักลุงของฉันมาก
โดยเฉพาะลุงลูอิส ยกเว้นแต่ว่าจะอยู่คนละ
บ้าน ฉันและลูกพี่ลูกน้องก็แทบจะเติบโตมา
ด้วยกัน

ของ ย่าของฉัน เสียชีวิตเมื่อฉันอายุประมาณ
สิบสี่หรือสิบห้าปี ฉันเคยชอบอยู่ใกล้แดน เขา
จะพาเราไปดูหมูของเขาเสมอ เขาเคยเข้าไป
ในคอกกับหมูพวกนั้น ใส่อาหารในถาดยาวๆ
ใหญ่ๆ และเปิดน้ำใส่ในถาดอื่นๆ อาหารนั้น
เรียกว่าอาหารขยะ มันน่ารังเกียจมาก แต่ก็
สนุกดีที่ได้เห็นเขาทำแบบนี้ หลังจากแดนเสีย
ชีวิต แม่ของฉันก็บังคับให้ฉันย้ายไปอยู่กับย่า
ฉันคิดว่าเหตุผลที่เธอทำแบบนี้ก็เพื่อที่ย่าของ
ฉันจะ ไม่ ได้อยู่คนเดียวในบ้านนั้น

ด้วยเหตุผลที่ฉันไม่สามารถ อธิบาย ได้ ฉัน
จำ ไม่ ได้จริงๆ ว่าฉันย้ายเข้าไปอยู่ในบ้าน

ของเธอเมื่อไหร่...เช่น การย้ายเสื้อผ้า วิทยุ
หรือสิ่งอื่นๆ

บางทีฉันอาจจะปิดกั้นเรื่องราวในชีวิตนั้นออก
ไปโดยไม่รู้ตัว ฉันมั่นใจมากว่าฉันก็ปิดกั้น
ความรู้สึกที่พี่ชายและพี่สาวของฉันมีต่อความ
จริงที่ว่าฉันกำลังจะจากไปเช่นกัน ฉันรู้สึก
อย่างแรงกล้าว่าจิตใจของเรามีวิธีปิดกั้นสิ่ง
ต่างๆ ที่เราไม่สามารถรับมือได้ในขณะที่
เหตุการณ์นั้นเกิดขึ้น จิตใจปิดกั้นมันออกไป
จนกว่าเราจะสามารถจัดการกับมันได้... "ถ้า"
เราจัดการกับมันได้

หากย้อนเวลากลับไปได้ ช่วงเวลานี้จะเป็นอีก
ช่วงหนึ่งในชีวิตของฉันที่ความเข้าใจที่ฉันมี
ในตอนนี้จะถูกนำไปใช้ ฉันมองเห็นว่าการ
เคลื่อนไหวครั้งนั้นส่งผลต่อฉันอย่างไร และ
มันยิ่งทำให้ครอบครัวของเราพังทลายลง...
อย่างน้อยฉันก็มองเห็นเช่นนั้น จริงๆ แล้ว ฉัน
รู้สึกว่ามันเป็นแบบนี้ การตัดสินใจที่ผิดพลาด
เพียงครั้งเดียวสามารถเปลี่ยน เส้นทางชีวิต
ของคนๆ หนึ่งได้ ทั้งหมด

คุณจะเริ่มเข้าใจสิ่งที่ฉันพูดได้ชัดเจนยิ่งขึ้น
เมื่อฉันดำเนินชีวิตต่อไป

บาดแผลทางใจ ภาค 1

# บทที่ 3

## การแยกออกจากกัน

ฉันอยู่กับพี่ชาย พี่สาว และแม่ของฉัน ถึง
แม้ว่าฉันจะรักคุณยาย แต่ฉันก็อยากอยู่บ้าน
เดียวกันกับพี่ชาย พี่สาว และแม่ของฉัน และ
ฉันรู้ว่าพวกท่านคิดถึงฉัน ฉันรู้สึกว่าช่วงเวลา
อันมีค่ามากมายต้องสูญเสียไปในช่วงเวลานี้
ฉันอาจจะได้อยู่กับพี่ชายและพี่สาวของฉัน
และใช้เวลาเหล่านี้ร่วมกันเหมือนกับพี่น้อง

ความรักที่แม่มีต่อแม่ทำให้เธอส่งฉันไปอยู่กับ
แม่ แม่ไม่เคยคิดว่าการที่ฉันทิ้งครอบครัวไป
จะทำให้ฉันเจ็บปวด เมื่อรู้จักแม่แล้ว ถ้าแม่ รู้
เรื่องนี้ แม่คง ไม่ บังคับให้ฉันออกจากบ้าน
เมื่อมองย้อนกลับไป ฉันมองเห็นว่านี่คือจุดเริ่ม
ต้นของความเจ็บปวดในชีวิตของฉัน แน่นอน
ว่าตอนนั้นฉัน มอง ไม่ เห็น ฉันยังเด็กเกินไป
แต่ในการเขียนสิ่งนี้ ฉันมองเห็นสิ่งที่ ไม่ เคย
เห็นมาก่อน

ฉัน มั่นใจ ว่าแม่ของฉันมีความปรารถนาดีต่อ
ทุกคน เมื่อ เธอย้ายฉันมาอยู่บ้านคุณยาย แม่
ของฉันมีใจกว้างต่อผู้คนและสถานการณ์ของ
พวกเขา และยิ่งไปกว่านั้นยังมีใจกว้างต่อแม่
ของเธอด้วย เมื่อรู้จักกับแม่ของฉันแล้ว เธอไม่
อยาก ให้แม่ของเธออยู่คนเดียวในบ้านหลัง
นั้นหรือเหงา ดังนั้นเธอจึงส่งฉันมาช่วยจัดการ
กับความเหงาของเธอ เธออาจคิดว่าฉันอยู่
ห่างออกไปเพียงครึ่งไมล์ แต่ระยะทางครึ่ง
ไมล์นั้นทำให้ชีวิตของฉันเปลี่ยนไปอย่างมาก

อย่างที่ฉันได้กล่าวไปแล้ว ฉัน จำอะไรไม่ได้
เลยว่าฉันย้ายมาอยู่บ้านคุณยายเมื่อไหร่ หรือ
ช่วงเวลาหลังจากนั้นเมื่อไหร่ แม้ว่าคุณยายจะ
อยู่ห่างออกไปครึ่งไมล์ แต่ฉันรู้สึกเหมือนอยู่
ไกลออกไป เพราะไม่ได้ อยู่ บ้าน เดียวกับคน
ที่เคยอยู่ใกล้ชิดกันมาตลอดชีวิต

ดูเหมือนว่าหลังจากที่ฉันย้ายไปอยู่กับคุณย่า
ทุกอย่างก็เริ่มแย่ลง สิ่งแรกที่ฉันจำได้คือเกรด
ของฉันเริ่มตกต่ำลง แม่ของฉันคอยผลักดัน
ให้เราเรียนให้เก่งเสมอ ฉันมักจะอยู่ในรายชื่อ

นักเรียนดีเด่นหรือรายชื่อผู้อำนวยการ
โรงเรียน ฉันต้องเรียนภาคฤดูร้อนเพื่อชดเชย
ชั้นเรียนเพื่อผ่านชั้นถัดไป ซึ่งก็คือเกรดเก้า
ในปีนั้น ฉันตั้งใจจะเข้าเรียนมัธยมต้น

ตอนนี้ฉัน แน่ใจ ว่าแม่ของฉันเริ่มรู้สึกเครียด
เล็กน้อยแล้ว พ่อเลี้ยง ของเธอเสียชีวิตแล้ว
เธอย้ายฉันไปอยู่บ้านแม่ของเธอ เกรด ของ
ฉันตกต่ำถึงขั้นต้องเรียนพิเศษภาคฤดูร้อน
และยังมีเรื่องต่างๆ ในชีวิตประจำวันที่เธอต้อง
ทำในฐานะแม่และภรรยาอีกด้วย ฉันเห็นแม่
ของฉันต่อสู้อย่างหนักเพื่อให้ทุกอย่างเข้าที่
เข้าทาง เธอเริ่มแบ่งเวลาให้ตัวเองมากเกินไป
ฉันเกลียดเรื่องนี้

เธอคงยังไม่เข้าใจอย่างถ่องแท้ว่าการย้ายครั้ง
นี้ส่งผลกระทบต่อเราในฐานะครอบครัว
อย่างไร เธอต้องวิ่งหนีจากบ้านไปบ้านคุณย่า
ของฉัน ต้อง ใช้เวลาอยู่กับฉันทุกวัน จากนั้น
จึงวิ่งกลับไปใช้เวลาอยู่กับพี่ชายและน้องสาว
ของฉันที่บ้านของเธอ และดูแลสามีของเธอ

ฉันไม่รู้เลยว่าการแต่งงานของเธอก็เริ่มส่งผล
เสียต่อชีวิตของเธอเช่นกัน

ฉันมั่นใจมากว่าจะต้องมีวันหนึ่งที่เธอตระหนัก
ได้ว่าการตัดสินใจของเธอส่งผลต่อชีวิตของ
เธอและลูกๆ ของเธอมาก ฉันเกลียดเรื่องนั้น!
แม่ของฉันเป็นผู้หญิงที่วิเศษมาก การเขียน
เรื่องนี้ทำให้ฉันแทบคลั่ง หัวใจของฉันรู้สึก
เหมือนถูกฉีกเป็นชิ้นเล็กชิ้นน้อย

" ทำไมชีวิตต้องบิดเบี้ยวขนาดนี้ "

ผู้หญิงคนนี้เป็นคนที่สวยงามมาก เธอไม่
สมควร ได้รับความเจ็บปวดและความทุกข์
ทรมานที่เธอต้องทนทุกข์มาตลอดชีวิต ตั้งแต่
วัยเด็กจนถึงวัยผู้ใหญ่ และท้ายที่สุดจนกระทั่ง
เสียชีวิตอย่างกะทันหันและน่าเศร้า ฉันยังคง
เจ็บปวดมาก ฉันหวังว่าจะได้ร่วมตายกับเธอ
บ้าง เป็น เรื่องยากที่จะใช้ชีวิตอย่างเต็มที่เมื่อ
รู้ว่าแม่ของฉันพังทลายลงและเธอต้องทน
ทุกข์กับความทุกข์ใจทุกวัน ความสุขที่แท้จริง
เพียงอย่างเดียวที่ฉันจำได้ว่าเธอมีในโลกที่น่า
เกลียดและเหม็นนี้ก็คือความสุขที่เธอรู้สึกกับ

และสำหรับลูกๆ สามคนของเธอ ในที่สุดเวลา และผู้คนก็จะเข้ามาหาประโยชน์จากความสุข อย่างหนึ่งของเธอ นั่นคือ ฉัน!

ฉัน เคย บอกว่าชีวิตไม่ ยุติธรรม กับฉัน แต่ ชีวิตก็ ไม่ ยุติธรรมกับแม่ของฉัน เธอทำให้ฉัน มีความสุขและความรักที่ฉันจะเก็บไว้ในใจ ตลอดไป เธอเป็นคนสดใสและมีอารมณ์ขันที่ ยอดเยี่ยม แม้ว่าเธอจะดูโง่เขลาก็ตาม เมื่อฉัน กลายเป็นผู้หญิงอย่างทุกวันนี้ ฉันรับรู้ถึง ความเจ็บปวดของ แม่ ได้อย่างเต็มที่

" ความทุกข์ของเธอไม่มีวันสิ้นสุดหรอก หรือ? "

ฉันแน่ใจว่าเธอต้องการเพียงสิ่งที่คนอื่นๆ ใน ชีวิตอันแสนน่าเกลียดชังนี้ต้องการ นั่น ก็คือ ความสุขที่แท้จริง แต่กลับต้องทนทุกข์ทรมาน ตั้งแต่วัยเด็กจนกระทั่งเสียชีวิต

ฉันลืมบอกไปว่าตอนที่เรียนอยู่ชั้นมัธยมต้น (Miller Middle School คือชื่อโรงเรียน) แม่ของ ฉันให้ฉันเข้าร่วมวงดนตรี เครื่องดนตรีที่ฉัน

เลือกคือทรอมโบน  ฉันเล่นเครื่องดนตรีชนิดนี้
ได้ดีมาก  ฉันจะต้องเล่นให้ถูกวิธีและเรียน
ดนตรี  หรือไม่ก็ต้องออกจากชั้นเรียนของ
ผู้ชายคนนั้น ผู้ชาย คนนั้น (ครูฝึก) จริงจังกับ
ดนตรีและนักเรียนของเขามาก  ฉันรู้สึกว่าถ้า
ฉันเล่นไม่ ถูก ต้อง ฉันจะต้องถูกไล่ออกแน่ๆ

ทุกครั้งที่ Crescent City จัดขบวนพาเหรด ฉัน
ก็ต้องแสดง  ฉันจำได้ว่าเดินขบวนกับวงดนตรี
ไปตามถนน ฉันนึก ภาพ ใบหน้า ของ แม่ ใน
ฝูงชนตอนนี้ไม่ออก แต่ฉันรู้ว่าเธอภูมิใจ

หลายปีต่อมา  มาร์กเล่นทรัมเป็ต  เขามักจะ
ทำให้เราคลั่งไคล้ด้วยเสียง " แตร " เล็กๆ
น้อยๆ ของเขา ในการฝึกซ้อม แม่ของฉันทน
กับเสียงดังนี้ได้อย่างไร  แม่อดทนกับเขาและ
ทรัมเป็ตมาก  ฉันเดาว่าแม่ก็อดทนกับฉันและ
ทรอมโบนของฉันเหมือนกันเมื่อหลายปีก่อน
ฉันแค่ คิด ไม่ ถึง เพราะตอนนั้นฉันเป็นคน
ทำให้เกิดเสียงดัง  ไม่กี่ปีหลังจากมาร์ก  น้อง
สาวของฉันก็มาพร้อมกับเครื่องดนตรีของเธอ
เธอเล่นเครื่องดนตรีชนิดเดียวกับที่ฉันเล่น

ตอนที่ฉันอยู่มัธยมต้น (ทรอมโบน) ลองนึกดู
สิ!

เธอภูมิใจในตัวลูกสามคนของเธอเสมอมา เรา
ทำให้เธอมีความสุขมากมาย เรื่องนี้ชัดเจน
สำหรับฉัน ฉันหวังว่าตอนนี้เธอจะได้เห็นฉัน
และหวังว่าจะได้เห็นเธอเพื่อกอดและอุ้มเธอ
เธอรักเรามาก นั่นเป็นเหตุผลว่าทำไมฉันถึงรู้
โดยไม่สงสัยในใจและหัวใจว่าความรู้สึกเจ็บ
ปวดของเธอเมื่อสิ่งต่างๆ เริ่มเกิดขึ้นกับลูกคน
แรกของเธอ (ฉัน) ฉันรู้ว่าเธอต้องทนทุกข์
ทรมาน ฉันรู้ดี! ในช่วงเวลาที่สิ่งต่างๆ เริ่มเกิด
ขึ้นกับฉัน ฉันไม่มี ใจ ที่จะเผชิญหน้ากับเธอ
คุณจะเข้าใจมากขึ้นเมื่ออ่านสิ่งนี้ มีหลายคืนที่
ฉันภาวนาและอ้อนวอนให้เข้านอนและไม่ตื่น
ขึ้น

" ทำไมฉันถึงได้รับอนุญาตให้มีชีวิตอยู่
ทำไม? "

" ฉันไม่ อยาก อยู่ที่นี่อีกต่อไปแล้ว ฉันเบื่อ
หน่ายกับการใช้ชีวิตแบบวันต่อวัน ทุกๆ วัน ที่
ต้องเจ็บปวด ฉัน กำลัง เจ็บปวด และฉัน จะ

ไม่มีวันหยุดเจ็บปวดตราบใดที่ฉัน ยัง มีชีวิต
อยู่บนโลกใบนี้ "

" ฉันต้องการแม่และน้องชายของฉันกลับมา
ฉันต้องการพวกเขากลับมา! ฉันใช้ ชีวิตอยู่ไม่
ได้ถ้าไม่มีพวก เขา "

" ฉัน กำลัง ทุกข์ทรมานและเดินไปมาในโลก
นี้ หากไม่มีพวกเขา หัวใจของฉันจะเย็นชา
ไร้ความรู้สึก และไร้ความรู้สึก ทำไมฉันถึงไม่
ได้ รับอนุญาตให้ตายไปพร้อมกับพวกเขา
ฉัน เบื่อ หน่ายกับการใช้ชีวิตและความเจ็บ
ปวดภายใน ฉันไม่ อยาก อยู่ที่นี่! "

" ฉัน ไม่ เข้าใจว่าทำไมฉันต้องใช้ชีวิตต่อไป
ในโลกที่เน่าเฟะ น่าเกลียด เลวทราม และไม่
ยุติธรรมแห่งนี้ ... ทำไม!!! ทำไม!!! ทำไม!!! ฉัน
ไม่ อยาก อยู่ที่นี่! ฉันพยายามที่จะมีชีวิตต่อไป
และโอเค แต่ภายในใจของฉันมัน แตก สลาย
เป็นชิ้นเล็กชิ้นน้อย "

หัวใจของฉันแหลกสลายเมื่อตอนเป็นวัยรุ่น
และไม่มีใครรู้ว่าฉันแบกรับความหนักอึ้งนี้ไว้

ได้อย่างไร ฉันภาวนาขอให้ชีวิตของฉันจบลง
ในขณะหลับ ฉันเกลียดโลกนี้เพราะสิ่งที่ผู้คน
ทำต่อกันและสิ่งที่ผู้คนทำกับแม่ของฉัน

ฉัน จะ ไม่มีวันพูดได้ว่า " แม่ หนูรักแม่ " เธอ
จะไม่มีวันเห็นตัวตนที่แท้จริงของหนู และผล
จากความพยายามเลี้ยงดูหนู ความสูญเสีย
บุคคลสำคัญสองคนในชีวิตของฉันกำลัง
ทำลายตัวฉันเอง

" เป็น ความ ผิดของฉันที่พวกเขาไม่อยู่ที่นี่อีก
ต่อไป ฉันรู้ดี " ความจริงข้อนี้กำลังฆ่าฉัน ฉัน
ถูกแบ่งแยกอยู่ตลอดเวลาด้วยพลวัตที่แตก
ต่างกันสองแบบ หนึ่งคือความจริงที่ว่าพวก
เขาไม่อยู่ที่นี่อีกต่อไป และอีกประการหนึ่งคือ
ความเชื่อที่ว่าฉันเป็นสาเหตุที่พวกเขาจากไป

" สรุปแล้ว มันเป็นความผิดของฉัน ฉันไม่
สนใจ ตัวเองหรือสิ่งที่เกิดขึ้นกับฉัน ฉันไม่
สนใจ !! "

ทำให้ ฉัน รู้สึก แย่มาก ไม่มีใครรู้ถึงความเจ็บ
ปวดที่ฉันแบกรับเอาไว้ ฉันรู้สึกว่ามัน ไม่

สามารถเข้าถึงได้  ฉันมีกำแพงที่หนายิ่งกว่า
คอนกรีตที่หนาที่สุด สร้างขึ้นรอบๆ หัวใจของ
ฉัน โดยมีความเจ็บปวดและความเจ็บช้ำขังอยู่
ภายใน ดูเหมือนว่ามันจะไม่มีวันหายไป

" ฉันไม่อยากอยู่ที่นี่อีกต่อไปแล้ว ฉัน เบื่อ ที่
จะมีชีวิตอยู่แล้ว "

# บทที่ 4

## โรงเรียนภาคฤดูร้อน

ช่วงเวลาที่ฉันต้องไปเรียนภาคฤดูร้อนนั้นฝัง
แน่นอยู่ในความทรงจำของฉัน  ฉันจำได้ว่า
พลาดรถบัสที่พาเราไปโรงเรียนและทุกอย่างที่
เกิดขึ้นกับเหตุการณ์ครั้งนี้  รถบัสต้องพาเรา
ไปที่เมืองปาลาตกาซึ่งอยู่ทางเหนือของซีซี 45
นาที โรงเรียนของเราในเมืองไม่มีชั้น เรียน

เช้านี้ฉันพลาดรถบัสและต้องโทรไปบอกแม่
ฉันต้องบอกแม่เพื่อที่เธอจะได้มารับและพาฉัน
ไปที่ป้ายสุดท้ายในซีซีก่อนที่รถจะออกเดิน
ทางไกลไปยังปาลาตกา

เช้าวันนั้นหนาวมาก ฉันบอกได้เลยว่าเธอ รีบ
วิ่งออกจากบ้านอย่างบ้าคลั่งเพราะรถไม่มี
เวลา เพียงพอที่จะทำความร้อนและละลายน้ำ
แข็งที่เกาะอยู่บนกระจกหน้ารถ  แม่ของฉัน
ต้องขูดน้ำแข็งออกจากกระจกหน้ารถด้วยเล็บ
เปล่าของเธออย่างรวดเร็ว เพื่อที่เธอจะได้มอง

ออกไปนอกหน้าต่างเพื่อขับรถพาฉันไปที่ป้าย
สุดท้ายที่รถบัสจอด

" วิกกี้ คุณพลาดรถบัสได้อย่างไร? "

ฉัน ไม่มี คำตอบให้เธอ ฉันรู้เพียงว่าฉันนอน
เกินเวลา

แม่ของฉันอารมณ์เสียกับฉันมาก ฉันคิดว่าเธอ
คงหงุดหงิดมากกว่าอะไรทั้งหมด เธอดูเหมือน
กระโดด ลงจากเตียง สวมเสื้อผ้า คว้าตัวนิกกี้
และวิ่งไปที่รถ ดูเหมือน ว่าเธอจะ ไม่มี เวลาทำ
อะไรมากไปกว่านี้แล้ว

นิกกี้กำลังนั่งอยู่ตรงนั้น บางทีอาจจะพยายาม
ซึมซับการกระทำอันรวดเร็วของแม่ของเธอ นิ
กกี้เป็นเด็กผู้หญิงที่น่ารักมาก และพิเศษมาก
สำหรับแม่ของฉัน มาร์กก็พิเศษสำหรับเธอ
เช่นกัน เขา เป็นลูกชายคนเดียวของเธอ มีชื่อ
เสียงในเรื่องดวงตาโตสดใสและออร่าที่
อ่อนน้อมถ่อมตน และแน่นอนว่าฉันก็พิเศษ
สำหรับเธอเช่นกัน ฉันเป็นลูกคนแรกของเธอ

เป็นลูกคนแรกของเธอ  พวกเราทุกคนพิเศษ
สำหรับเธอในแบบที่ต่างกัน

ฉันรู้สึกว่าเธอรักฉันมากเสมอมา  ฉันรู้สึกถึง
ความรักที่เธอมีต่อน้องชายและน้องสาวของ
ฉันด้วย ยกเว้น ครั้งหนึ่งที่เธอเฆี่ยนตีน้องชาย
ของฉันเพราะเขา ได้ เกรด " F " ในใบ
รายงานผลการเรียน

ตอนที่เรามาถึงป้ายรถเมล์เพื่อที่ฉันจะได้เริ่ม
ต้นการเดินทางเล็กๆ น้อยๆ ไปโรงเรียนภาค
ฤดูร้อน แม่ของฉันก็สงบลงแล้ว

" ฉันรักคุณ " เธอกล่าวในขณะที่ฉันออกจาก
รถ

อย่างไรก็ตาม  ฉันได้ผ่านวิชาที่ต้องเรียน
ชดเชย  และได้รับการเลื่อนชั้นไปเป็นเกรด 9
เมื่อเริ่มเรียนที่ Crescent City High School...
นักศึกษาปีหนึ่ง ... ยี้!

บาดแผลทางใจ ภาค 1

# บทที่ 5

## โรงเรียนมัธยมเครสเซนต์ซิตี้

ช่วงเริ่มต้นของโรงเรียนมัธยมนั้นแตกต่าง
และดำเนินไปอย่างรวดเร็วมาก มันทั้งน่าทึ่ง
และน่ากลัว เมื่อฉันเริ่มเข้าเรียนที่โรงเรียน
มัธยม Crescent City น้องชายของฉันก็เริ่มเข้า
เรียนที่โรงเรียนมัธยม Miller ซึ่งหมายความว่า
เราทั้งคู่ขึ้นรถบัสสายเดียวกัน ฉันเชื่อว่าเด็กๆ
บนรถบัสคันนั้นคงบอกได้ว่าเราแตกต่าง สิ่งที่
ฉันหมายถึงว่าแตกต่างก็คือเราเป็นเด็กเหลี่
ยมๆ ไม่มี ไหวพริบเลย เป็นหนอนหนังสือ
ตัวยง แค่นั้น เอง และนั่น คือ ทั้งหมด ทันใด
นั้น พวกเขาก็เริ่มพูดจาหยาบคายกับน้องชาย
ของฉัน เช่น " เรา จะ จับน้องสาวของคุณ "
ฉันได้ยินพวกเขาพูดบางอย่างกับน้องชาย
ของฉัน พยายามทำให้เขากลัว และ ฉันก็ด้วย
มันได้ผล

น้องชายของฉันมีดวงตาโตสดใสแต่กลับ ไม่
พูดอะไรเลย ฉันยังคงเห็นใบหน้าของเขาได้

อย่างชัดเจน ความอ่อนน้อมถ่อมตนของเขาทำให้หัวใจฉันสลายเมื่อนั่งคิดถึงเรื่องนี้ มีช่วงเวลาหนึ่งในชีวิตของเราที่มาร์คปล่อยให้น้ำตาแห่งความเจ็บปวดไหลออกมาจากดวงตาที่สดใสของเขาทุกครั้งที่เขาโกรธ

มีบางครั้งที่ฉันแสดงปฏิกิริยาต่อหน้าพี่ชาย แต่ถึงอย่างนั้น ความโกรธนั้นก็เบามากจนแทบจะสังเกตไม่เห็น ฉันจำได้อย่างชัดเจนว่าเด็กนักเรียนมัธยมปลายตัวโตๆ ที่นั่งอยู่ด้านหลังรถบัส คอยรังแกพี่ชายของฉันและพวกเรา วันหนึ่ง มาร์กต้องใช้กำลังเข้าไปในใจกลางฝูงชนที่น่ากลัว เพราะไม่มี ที่นั่ง ด้านหน้ารถบัส นั่นหมายถึงเขาต้องไปที่ด้านหลังรถบัสกับ “ พวกเขา ”

“ คุณแม่ของคุณสบายดี ”

มาร์คยังคงมองหาที่นั่งต่อไป

“ เราจะไปรับน้องสาวของคุณมา ”

แม้ว่ามาร์คจะไม่ได้ พูด อะไรในวันนั้น แต่ฉัน
รู้ว่าเขาคงรู้สึกแย่เมื่อได้ยินเด็กๆ พวกนั้น
พูดจาแบบนั้น เด็กพวกนั้นใจร้ายกับเรามาก
แต่ เด็กๆ ส่วนใหญ่ก็ใจร้ายกับเด็กที่แตกต่าง
และไม่ได้อยู่ใน " ทีม " เหมือนกัน ไม่ใช่
หรือ?

ฉันไม่อาจ ลืม ความอ่อนน้อมถ่อมตนที่เรามี
ได้ ฉันคิดถึงว่าชีวิตได้ส่งผลกระทบต่อเรา
มากเพียงใด คนตัวเล็กๆ ที่ขี้อาย อ่อนน้อม
ถ่อมตน และเปี่ยมด้วยความรักเหล่านั้น ต้อง
เผชิญกับการโจมตีที่รุนแรงจนทำให้เรา —
โดยเฉพาะฉัน — ปิดตัวเองและกลายเป็น
เครื่องจักรไร้ความรู้สึก

เมื่อเราเริ่มเรียนมัธยมต้นและมัธยมปลาย การ
ออกจากบ้านที่เต็มไปด้วยความรักและการ
ปกป้อง และเข้าไปในสภาพแวดล้อมที่เต็มไป
ด้วยผู้คนที่ใจร้าย เป็นสิ่งที่เราไม่รู้ว่า จะ
จัดการอย่างไร ฉันไม่ คิด ว่าเราเคยเล่าให้แม่
ฟังถึงความทรมานที่เราต้องเผชิญเมื่อไป
โรงเรียน ถ้าเราเล่าเรื่องนี้ให้แม่ฟัง ฉันรู้ว่าแม่

คงจะให้คำแนะนำเราเกี่ยวกับวิธีจัดการกับมัน
ความทรมานที่เราเผชิญทำให้เรารู้สึก
กระหายที่จะให้วันนี้จบลง  เพื่อที่เราจะได้วิ่ง
กลับบ้านไปหาความรัก  การปกป้อง  และการ
เล่นด้วยกัน  ฉันคิดถึงบ้าน  และฉัน จะ ไม่มี "
บ้าน " อีกต่อไป!

คนเราจะใช้ชีวิตอยู่ได้อย่างไรหากไม่มี ' บ้าน
' ปราศจากความรัก  ความสุข  เสียงหัวเราะ
และ ' แม่ ' ฉันทำไม่ได้ ! ฉันไม่มีวันสร้างสิ่งที่
แม่มอบให้เรา สิ่งที่แม่มอบให้ฉันขึ้นมาใหม่ได้
... ไม่มีวัน!

กลับมาที่ความสยองขวัญของโรงเรียนมัธยม:
ใช่  ฉันแตกต่างจากเด็กคนอื่นๆ อย่างเห็นได้
ชัด  ฉันไม่มีเพื่อน  ฉันไม่ได้อยู่ ใน กลุ่มใดๆ
ฉันเป็นคนชอบอยู่คนเดียว  และฉันเป็นคน
ฉลาดหลักแหลม  ไม่  ต้องพูดถึงว่าฉันเดินไป
เดินมาโดยคิดถึงครอบครัวตลอดทั้งวัน  ฉันไม่
ได้ เข้าร่วมกิจกรรมทั้งหมดที่เด็กคนอื่นๆ เข้า
ร่วม ฉันไม่ ทำ สิ่งที่พวกเขาทำ เช่น ด่าทอ สูบ
บุหรี่ มีแฟน ฯลฯ และ ฉันไม่ได้แต่งตัวแบบที่

พวกเขาแต่งตัว ฉันไม่ ได้ เข้าร่วมกิจกรรม
หลังเลิกเรียนมากนัก และส่วนใหญ่แล้ว ฉัน
ไม่อยากไปเลย ฉัน ไม่เคยไปงานปาร์ตี้ สิ่ง
เดียวที่ฉันอยากทำจริงๆ คือเล่นกีฬาและการ
แสดงความสามารถเป็นครั้งคราว เพื่อที่ฉันจะ
ได้เต้นรำ

ส่วนใหญ่แล้วความสนุกสนานของเรามาจาก
ครอบครัวของเรา และผู้หญิงสองสามคนที่แม่
ของฉันได้กลายมาเป็นเพื่อนด้วย (เพื่อนของ
เธอมีลูกวัยรุ่นเหมือนกัน) เรา จะ มารวมตัวกัน
เพื่อปิกนิกใหญ่ เล่นซอฟต์บอล หรือไปเล่นส
เก็ตน้ำแข็ง ลานสเก็ตน้ำแข็งคือสิ่งที่ฉันชอบ
มากที่สุด เราคงจะสนุกสนานกันมากกับการ
เต้นรำและเล่นสเก็ตน้ำแข็ง

ฉันจำครั้งหนึ่งที่เพื่อนของแม่ มา เยี่ยมได้

" วิกกี้ เข้ามาที่นี่แล้วทำ ' หุ่นยนต์ ' และ 'ป๊อป
แอนด์ล็อค ' สิ"

ฉันเดินเข้าไปในห้องนั่งเล่นพร้อมท่าเต้นเล็ก
ๆ น้อย ๆ ของฉันและฉีกมันออกเป็นชิ้น ๆ

" คุณไม่ควรออกไปเต้นแบบนั้น คุณต้อง
แน่ใจว่าจะเต้นแบบนั้นในบ้าน "

มันดูชัดเจนเลยว่าแม่ของฉันไม่ อยาก ให้ฉัน
เต้นรำในโรงเรียน เพราะจริงๆ แล้วฉันไม่ ได้
ไปไหนเลย

ฉันเคยชอบเพลง "Planet Rock," "Let 's Jam
Radioactive," "Billie Jean," "Electricity,"
"Egyptian Lover" และเพลงอื่นๆ อีกมากมาย
จากยุคนั้น ใครๆ ก็ บอก ฉันว่าฉันไม่ใช่ ไม
เคิล แจ็กสัน! คิกคัก คิกคัก

ครั้งหนึ่ง ฉันกำลังแจมเพลง "Egyptian Lover"
จนเพลงมีเสียงแตกและล็อค แต่จู่ๆ แขนข้าง
หนึ่งของฉันก็ไปติดในท่าสไตล์อียิปต์

# บทที่ 6

## การแสดงความสามารถพิเศษ

มีงานแสดงความสามารถครั้งหนึ่งที่โรงเรียน
มัธยมของฉัน  ฉันกับคู่เต้นจะร่วมกันเต้นใน
ช่วงพักเที่ยง  ระหว่างคาบเรียน  เราจะรีบเร่ง
เต้นเพื่อแข่งขันต่อหน้าเพื่อนนักเรียนด้วยกัน
เราซื้อชุดที่เข้ากันและเต้นเพลง  "Basketball"
ของ Kurtis Blow

ฉันจะ ไม่ ถามแม่ตรงๆ ว่าฉันสามารถแข่งขัน
ได้จริงหรือไม่  เพราะรู้สึกว่าแม่จะตอบว่าไม่
เมื่อมองย้อนกลับไป  ฉันเข้าใจแล้วว่าทำไม
ฉันถึงถามแม่ได้ง่ายๆ  และรู้สึกว่าแม่คงปล่อย
ให้ฉันตัดสินใจเอง เธอเป็นผู้หญิงใจกว้างมาก
ถ้าฉันมองสิ่งต่างๆ เหมือนที่เห็นตอนนี้ก็คงดี

อย่างไรก็ตาม  ฉันและคู่หูของฉันชนะการ
แข่งขันโดยทิ้งห่างนักเรียนมัธยมปลายทั้ง
กลุ่มไปเป็นไมล์  ฉันดีใจที่ชนะ  แต่ความตื่น
เต้นที่แท้จริงเกิดขึ้นหลังจากที่เราชนะ  ผู้ชนะ

ซึ่งบังเอิญเป็นพวกเรา ต้องไปแข่งขันในระดับ
ที่สูงกว่าในส่วนอื่นของ Crescent City ในตอน
กลางคืน โปรดจำไว้ว่าแม่ของฉันไม่รู้ เรื่อง
การแสดงความสามารถเพราะจัดขึ้นในเวลา
เรียน รอบชิงชนะเลิศไม่ได้จัดขึ้นในเวลา
เรียน และที่แย่กว่านั้นคือการแข่งขันจัดขึ้นใน
คืนที่เรามีพิธีทางศาสนา

ถ้าฉันคิดจะถามแม่ ความคิดนั้นก็หายไปจาก
ใจทันทีที่รู้ว่ามีพิธีดังกล่าว แม่ของฉันไม่ เล่น
ๆ เมื่อเป็นเรื่องพิธีทางศาสนาของเรา

ผู้ชนะการแข่งขันรอบชิงชนะเลิศจะต้องแสดง
ในงาน Catfish Festival งาน Catfish Festival
เป็นงานใหญ่ที่จัดขึ้นในเมือง Crescent City ปี
ละครั้ง ฉันคิดว่าเมือง Crescent City เป็นที่รู้จัก
เพราะเทศกาลนี้ มีงานเฉลิมฉลองมากมายใน
ช่วงเวลานี้ ผู้คนจากสถานที่ต่างๆ เดินทางมา
เพื่อเข้าร่วมงาน มีอาหารทุกประเภท และสิ่งที่
สำคัญที่สุดที่ฉันจำได้ว่าได้ชิมคือขาของกบ
ฉัน คิด ไม่ ออกจริงๆ ว่าทำไมใครบางคนถึง

กินขาของกบ เมื่อฉันกล้าที่จะลองชิมในที่สุด รสชาติก็เหมือนไก่ แต่แค่คิดถึงขาของกบ... ยี้!

อย่างไรก็ตาม ฉันไม่ได้ ปรากฏ ตัวในคืนนั้น เพื่อเข้าร่วมการแข่งขันรอบสุดท้าย ฉันจึงไป ร่วมพิธีแทน เมื่อมองออกไปฝั่งตรงข้ามถนน (หอประชุมท้องถิ่นอยู่ไม่ไกลจากสถานที่จัด พิธีของเรา) ฉันเห็นรถจอดอยู่ที่หอประชุมเป็น จำนวนมาก

"นั่นคือสิ่งที่คุณอยากทำคืนนี้ใช่ไหม วิกกี้ " คงจะเป็นสิ่งที่เธอพูด

เมื่อมองย้อนกลับไป ฉันรู้สึกว่าเธอคงปล่อยให้ ฉันตัดสินใจเอง ฉัน มั่นใจ มากว่าเธอรู้ว่ามี บางการตัดสินใจที่เธอจะให้ฉันตัดสินใจเอง ขึ้นอยู่กับประเด็นที่อยู่ตรงหน้า

ฉันมองเห็นได้ชัดเจนว่าแม้ตอนที่ฉันยังเป็น เด็ก ฉันก็สามารถแบกรับภาระและจัดการ เรื่องต่างๆ ด้วยตัวเองได้ โดยส่วนใหญ่แล้ว การตัดสินใจของฉันนั้นเกิดจากการไม่อยาก ให้แม่รู้สึกไม่ดี

ครั้งหนึ่ง ตอนนั้น ฉัน อายุประมาณ 9 หรือ 10
ขวบ ฉัน อยู่ในกลุ่มลูกเสือหญิง ผู้เข้าร่วมกลุ่ม
ลูกเสือหญิงแต่ละคนต้องซื้อคุกกี้ในบางครั้ง
(ผลัดกันซื้อจากเด็กผู้หญิงคนหนึ่งไปสู่อีกคน
หนึ่ง)  ทุกครั้งที่ถึงคราวของฉันที่จะซื้อคุกกี้
ฉันจะ ไม่ นำคุกกี้ไปที่กลุ่ม เพราะฉันจะไม่
บอกแม่ ตอนนั้น เราอาศัยอยู่ในบ้านเล็กๆ ที่มี
รั้วรอบขอบชิด  และฉันรู้ว่าแม่ไม่มี เงิน ซื้อ
เธอทำงานหนักเพื่อพวกเราในไร่นาอยู่แล้ว
ดังนั้น แทนที่จะขอให้เธอซื้อคุกกี้ ฉันกลับรู้สึก
ละอายใจที่ไม่เคยนำคุกกี้ไปที่กลุ่มเลย

จริงอยู่ว่าฉันรู้สึกแย่  แต่ก็ดีกว่าการกดดันแม่
ฉันเป็นคนแบกรับภาระแทน  ตอนนี้ฉันรู้แล้ว
ว่าการซื้อคุกกี้หนึ่งแพ็คคงไม่ ทำให้ แม่ 'หมด
แรง' หรอก จริงๆ แล้ว ความกดดันในกลุ่มนั้น
รุนแรงมากจนฉันต้องขอซื้อ!  ฉันเกือบตาย!
แม่ซื้อคุกกี้เหล่านั้นไปในพริบตา

ฉันควรถามแม่เกี่ยวกับการแสดงความ
สามารถนั้นและเปิดใจกับเธอตั้งแต่แรก  มัน
น่า ทึ่งมากที่เด็กๆ คิดว่าสิ่งเล็กๆ น้อยๆ เป็นสิ่ง

ที่ซับซ้อนและใหญ่โตที่สุดในโลกนี้ วิธีคิด
ของเด็กๆ ทำให้ฉันหลงใหล ไม่ใช่ ว่าพ่อแม่
ไม่ เคย อยู่ในสถานการณ์เดียวกับคุณ

ฉันเดาว่าฉันไม่เคยอยากทำร้ายแม่หรือทำให้
แม่ผิดหวังด้วยการอยากทำอะไรที่แตกต่าง
จากสิ่งที่แม่ต้องการให้ฉันทำ ดังนั้นฉันจึงเก็บ
ทุกอย่างไว้กับตัวเอง วิธีคิดแบบนี้ทำให้ฉัน
ต้องพบกับความหายนะ เพราะมีบางครั้งที่ฉัน
ควรคุยกับแม่แทนที่จะเก็บทุกอย่างเอาไว้

เพื่อให้เธอไม่รู้สึกแย่ ฉันจึงรับภาระนั้นไว้กับ
ตัวเอง... ผิดพลาด!!

ใช่ ฉันยังคงติดอยู่กับการแสดงความสามารถ
นั้นเพราะฉันรักการเต้น และการแข่งขันที่ฉัน
พลาดไปนั้นจะติดตัวฉันไปตลอดชีวิต ฉัน คง
อายุแปดสิบปีแล้วถ้าคิดถึงการแสดงความ
สามารถนั้น ฉันน่าจะถามไป!

# บทที่ 7

## อาร์เจ บราวน์

เมื่อเรียนจบชั้นมัธยมศึกษาปีที่ 3 มีเด็กชั้นโต
คนหนึ่งที่ย้ายมาเรียนที่โรงเรียนมัธยมของเรา
โดยใช้ชื่อว่าเอิร์นเนสต์ เอ็ดเวิร์ดส์ และมีชื่อ
เล่นว่า " อาร์เจ บราวน์ " จากข้อมูลทั้งหมดที่
ฉันทราบในภายหลัง เขาถูกย้ายมาจาก
โรงเรียนมัธยมเทย์เลอร์ ซึ่งเป็นโรงเรียนที่อยู่
ห่างจากเมืองเครสเซนต์ซิตีไปทางใต้เพียง 20
นาที ในเมืองเล็กๆ ชื่อเพียร์สัน เขาถูกส่งไปที่
โรงเรียนมัธยมเครสเซนต์ซิตีเพราะเขายังคง
สร้างปัญหาที่โรงเรียนเดิมของเขาอยู่เรื่อยๆ

เขาสูงประมาณ 6 ฟุต 3 นิ้ว ผิวสีอ่อน มีผมสีดำ
หนายาวสลวยเป็นลอน เขาเดินแบบได้อย่าง
ไม่เหมือนใคร ผู้ชายคนนี้เดินเก่งมาก แค่เดิน
แบบก็ทำให้สาวๆ ใน CC ทุกคนต้องวิ่งไล่ตาม
เขาแล้ว ฉันไม่เคยเห็นใครหล่อเท่าผู้ชายคน
นี้เลย เขา ทั้งเนียนและเฉียบคม เขาสามารถ
ดึงดูดฝูงชนให้วิ่งเข้าหาเขาได้ สาวๆ วิ่งไล่

ตามเขาและจ้องหน้าเขาเพื่อต้องการเขา ใน
ขณะที่ผู้ชายทุกคนอยากทำตัวเท่และเท่กับ
เขา แน่นอนว่ามีคนมากมายที่เดินวนเวียนอยู่
รอบๆ เขาเพราะความกลัวและความเคารพ
วันแรกที่เขาเดินเข้ามาในโรงเรียน เขากลาย
เป็นคนดังไปแล้ว

ก่อนจะพูดอะไรต่อ ฉันคิดว่าฉันควรพูดถึงข้อ
เท็จจริงเกี่ยวกับชีวิตของฉันเสียก่อน... เหล็ก
ดัดฟัน! ฉันคิดว่าฉันน่าจะอายุสิบห้าปีเมื่อแม่
ของฉันตัดสินใจว่าเธอต้องการจัดฟันให้ฉัน
เหล็กดัดฟันเป็นประสบการณ์ที่เลวร้ายสำหรับ
ฉัน เราขับรถไปที่เมืองพาลาตกาเพื่อหาหมอ
จัดฟันที่เธอรู้สึกสบายใจ ไม่นานหลังจากที่หา
หมอได้ งานก็เริ่มขึ้น ไม่ว่าจะเป็นการ ติด
เหล็กดัดฟันเข้ากับฟันแต่ละซี่ การสอดลวด
เล็กๆ ผ่านเหล็กดัดฟัน เป็นต้น

เครื่องมือจัดฟันที่ฉันใส่เป็นเหล็กทั้งปาก ฟัน
หน้า ไม่ใช่ แบบใสๆ ที่ซ่อนอยู่หลังฟัน ฉันไม่
ได้ ยิ้มบ่อยนักตลอดเวลาที่ใส่เครื่องมือจัดฟัน
ฉันพยายามไม่ยิ้มในรูปถ่าย ซึ่งทำให้ฉันดูแย่

ชีวิตก็เป็นแบบนี้เมื่อคุณ พยายาม ทำให้ฟัน
ของคุณสมบูรณ์แบบ

การจัดฟันของฉันอาจไม่น่าสนใจเท่ากับดารา
ที่ฉันพูดถึง ดังนั้นฉัน จะ ไม่เล่ารายละเอียด
ให้คุณฟัง ดูเหมือนว่าทุกคนจะรู้จักเขา ฉัน
เดาว่าจากการไปเที่ยวเล่นทุกครั้งที่โรงเรียน
ของเรา (ซีซีและเทย์เลอร์) แข่งขัน เด็กๆ
หลายคนก็รู้จักเขาจากสถานที่เที่ยวต่างๆ ใน
เมืองของฉันและบริเวณใกล้เคียง

RJ ได้รับความนิยมมากขึ้นเรื่อยๆ จนครอง
ตำแหน่งหัวหน้าฝ่ายกีฬาของหนังสือพิมพ์
Crescent City (Crescent City News Journal)
เขากลายเป็นควอเตอร์แบ็คดาวเด่นของทีม
ฟุตบอล อย่างที่ฉันได้กล่าวไปแล้ว เขาเป็นคน
ดังในทุกๆ ด้าน RJ สามารถวิ่งลูกบอลนั้นและ
วิ่งตามสาวๆ ไปด้วยได้

วันหนึ่ง ผู้ชายทุกคนยืนเป็นกลุ่มและเตะกัน
หมด RJ เป็นคนหลักที่ฉันได้ยินพูดและ
หัวเราะเยาะคนอื่นๆ ทุกคนยืนรวมกันในห้อง
โถง

น่าเสียดายที่ฉันต้องเดินผ่านพวกเขาเพื่อไป
เรียน และที่สำคัญกว่านั้น ฉันยังใส่กางเกงตัว
โปรดตัวหนึ่งอยู่ด้วย ฉันอยากตายเมื่อเห็นว่า
ฉันต้องเดินผ่านพวกเขาไป!

ฉันต้องบังคับตัวเองให้เดินผ่านพวกเขาไป
และไม่หันหลังกลับและวิ่งกลับไปทางเดิม ฉัน
บอกกับตัวเองว่า " พวกเขาจะ ไม่ สนใจฉัน "
ฉันกำหนังสือแน่นและแสร้งทำเป็นว่าไม่มีใคร
สังเกตเห็น ผิดแล้ว! ทันทีที่ฉันไปถึงมุมนั้น...

" วิกกี้ คุณใส่กางเกงตัวนั้นจริงๆ นะ! "

ฉันอยากจะวิ่งออกไปให้ถึงห้องเรียนที่
ปลอดภัย ก่อนที่ฉันจะนึกออกว่าจะวิ่งหนีดี
ไหม อาร์เจก็หยุดพูดและหันมาทางฉันเพื่อดู
ว่าอีกฝ่ายสังเกตเห็นอะไร การที่เขาหันหัวมา
ทางฉันจะส่งผลต่อชีวิตฉันตลอดไป

แม้ว่าฉันจะ ไม่ ได้ก้าวเท้าออกไปวิ่ง แต่ฉันก็
เร่งฝีเท้าขึ้น ไม่ เป็นไร เพราะ RJ รีบเดินออก

จากฝูงชนและวิ่งมาตามฉันทัน พร้อมกับ
แสดงความคิดเห็นเกี่ยวกับสิ่งที่เขาเห็น

" คุณชื่อ อะไร ? "

" วิกกี้ "

ตอนนั้น ฉันอยู่ใน โหมด " กระต่ายแจ็ก "
จริงๆ ฉัน ไม่ ได้ยิ้มเลย ฉันเป็นคนขี้อายมาก
โดยธรรมชาติ และเหล็กดัดฟันของฉันก็ไม่ได้
ช่วย อะไรเช่นกัน แต่คุณรู้ไหมว่าเขาเดินพา
ฉันไปที่ชั้นเรียนตลอดทาง สิ่งที่ฉันต้องการ
คือโลงศพเพราะฉันพร้อมที่จะตาย และฉัน
ต้องการให้เขาจากไป

ในช่วงนี้ของชีวิต แม่จะให้ฉันเลือกเสื้อผ้าเอง
บางชุดก็เลือกพร้อมกัน แต่แม่ก็ให้ฉันแต่ง
หน้าบางๆ ได้ด้วย เช่น ทาลิปกลอสและมาส
คาร่าบ้างบางครั้ง

แม่ของฉันไม่เคยรู้มาก่อน แต่ฉันมีเครื่อง
สำอางประเภทที่แม่ไม่ ยอม ให้ฉันใช้ เช่น
ลิปสติก อายไลเนอร์ และอายแชโดว์ ทุกครั้ง

ที่ฉันไปโรงเรียน ฉันจะรีบวิ่งไปที่ห้องน้ำหญิง
และแต่งหน้าให้เรียบร้อย  ฉันแน่ใจว่าได้แต่ง
หน้าให้เรียบร้อยก่อนจะถึงบ้านคุณยาย ( จำ
ไว้ว่าฉัน เริ่ม อาศัยอยู่กับคุณยาย) ถ้าแม่เห็น
ฉันแต่งหน้า ฉันมั่นใจมากว่าเธอคงบอกแม่ไป
แล้ว

ฉันจำได้ว่าฉันแต่งตัวไป  บ้านคุณยายตั้งแต่
หัวจรดเท้า ทั้ง แต่งหน้า แต่งตัว และถ่ายรูป
ตัวเอง ทุกครั้งที่ลูกพี่ลูกน้องของฉันมาค้างคืน
ที่บ้านคุณยาย กับ ฉัน เราจะแต่งหน้า แต่งตัว
และถ่ายรูป คุณยายไม่เคยกวนใจฉันเลย ฉัน
เคยอยู่ปลายบ้านคุณยาย (ตอนนั้นเป็นรถ
พ่วง) เปิดเพลงดังๆ (เรียกว่า jam box) และ
เต้นรำ

" เบาเสียงลงหน่อยสิ วิกกี้ "

นี่คือสิ่งที่เธอจะพูดเมื่อเสียงเพลงดังเกินไป
แน่นอนว่าฉันจะหรี่เสียงลง

แม้ว่าฉันจะคิดว่าฉันควรจะอยู่บ้านเดียวกับแม่ พี่สาว และพี่ชาย แต่ฉันกับยายก็มีช่วงเวลาที่ น่าจดจำเหมือนกัน

ฉันมีห้องส่วนตัวพร้อมเตียงขนาดใหญ่ เตียงดู เหมือนว่าจะใหญ่เท่ากับห้องนั้นเอง บ้านของ เธอเป็นรถพ่วงคันเดียวที่มีห้องนอนเพิ่มเติม และระเบียงหน้าบ้าน คุณย่าหลับอยู่สุดปลาย รถพ่วง จากห้องของคุณย่ามีห้องน้ำ เดินขึ้น ไป ตาม โถงทางเดินจะพบส่วนที่มีเครื่อง ทำความร้อนหลักและเครื่องปรับอากาศ ขึ้น ไปอีกหน่อยเป็นห้องของฉัน และถัดจากห้อง ของฉันมีห้องนอนอีกห้อง จากนั้นก็มาถึงห้อง นั่งเล่นซึ่งมีทางเข้าบ้านเข้ามาจากระเบียง หน้าบ้าน เดินไปอีกหน่อยจากห้องนั่งเล่นจะ เป็นห้องครัว

คืนหนึ่ง ฉันกับคุณย่ากำลังนอนหลับสนิท ตอนนั้นน่าจะประมาณตีสาม ฉันจำไม่ได้ ว่า อะไรปลุกฉัน แต่ได้ยินเสียงคุณย่าจากท้ายรถ พ่วง...

" วิกกี้! "

ฉันขยับตัวโดยไม่อยากขยับตัวมากนัก แล้ว
เปิดโคมไฟ (ฉันมีโต๊ะข้างเตียงอยู่ติดกับเตียง)
เมื่อฉันเอื้อมมือไปเปิดสวิตช์โคมไฟ ฉันคิดว่า
ได้ยินเสียงอะไรบางอย่าง ฉันจึงเปิดโคมไฟ
และทันทีที่ไฟเปิดขึ้น... ฉันก็อยากกลับไป
นอนต่อทันทีเพราะความกลัว!

แมวตัวใหญ่สีเหลืองตัวหนึ่งกำลังยืนอยู่บน
เชิงเทียน มันจ้องมองตรงมาที่ตาของฉัน ฉัน
ไม่รู้ ว่า ฉันทำได้อย่างไร แต่ฉันสามารถลุก
ขึ้นจากใต้ผ้าห่มมายืนสองขาตรงกลางเตียง
ได้ แมวอยู่ทุกที่! เชื่อและศรัทธา " การนอน
หลับ " กลายเป็นอดีตไปแล้ว ดวงตาของฉัน
เบิกกว้าง!

แมวในห้องฉันกระจายกันไปหมด

" เอาไป!!! เอาไป!!! "

ฉันได้ยินเสียงคุณยายกรี๊ดจากห้องของเธอ
ระหว่างที่พูดคำว่า "GET" คุณ ยาย ก็ ตะโกน
ว่า " Vikki! "

ถ้ามีใครถ่ายวิดีโอเราไว้ได้ก็คงดี เราตื่นกัน
ตั้งแต่ตีสาม... คุณยายใส่ชุดนอนถือไม้กวาด
ส่วนฉันใส่ชุดนอนถือไม้กวาด กระโดดโลด
เต้นด้วยความหวาดกลัวที่จะแตะพื้นเพราะ
แมววิ่งไปทั่วเพื่อหาที่ปลอดภัย

ฉัน จำ ไม่ ได้จริงๆ ว่าฉันเดินจากห้องนอนไป
ยังห้องนั่งเล่นได้อย่างไร ฉันกระโดดจาก
เก้าอี้ตัวหนึ่งไปยังอีกตัวหนึ่ง ขณะที่คุณย่า
กำลังแกว่งไม้กวาดของเธอ และฉันก็กำลัง
แกว่งไม้กวาดของตัวเอง มันเป็นคืนที่วุ่นวาย
มาก ลองนึกภาพคนสองคนในตอนกลางดึก
คน หนึ่งสวมชุดนอน อีกคนสวมชุดนอน ยืน
อยู่บนเก้าอี้ กรีดร้องและตะโกน กระโดดจาก
เก้าอี้ตัวหนึ่งไปยังอีกตัวหนึ่ง แกว่งไม้กวาด
เมื่อถึงเวลานั้น เราก็เปิดไฟทุกดวงในบ้านแล้ว

ในที่สุดเราก็ไล่พวกมันออกไปได้ พวกมัน
สามารถ เข้ามาในบ้านได้โดยเข้ามาทางพื้น
ใต้ซิงค์ในห้องน้ำ เห็นได้ชัดว่าพื้นเน่าเพราะมี
น้ำรั่วซึ่งเราไม่รู้ตัวเลย (น้ำหยดจากท่อลงบน

พื้น) เราไม่เคยใช้ตู้ใต้ซิงค์นั้นเลย ดังนั้นเรา
จึงไม่เคยรู้เลยจนกระทั่งคืนนั้น! นี่คือหลุม!

คืนนั้นเรานอนไม่หลับทั้งคืน ตาค้าง และไฟ
ในบ้านเปิดอยู่ทุกดวง ไม่มีใครจ่ายเงินให้ฉัน
กลับเข้าไปในห้องนอนนั้นได้ และไม่มีใครให้
เงินคุณย่าเพื่อกลับเข้าไปในห้องของเธอด้วย

# บทที่ 8

## รักวัยรุ่น

หลังจากบอกชื่อของฉันกับ RJ ฉันพยายามทำ
ทุกวิถีทางเพื่อไม่ให้เขาเห็น ฉันต้องก้มตัว
หลบมุมและทำทุกอย่างเท่าที่จะคิดได้เพื่อไม่
ให้เขาเห็น ฉันทำทุกวิถีทางเพื่อเลี่ยงสายตา
ของเขา แต่กลับพบว่าเขา ถูก จัดให้อยู่ในชั้น
เรียนของฉัน โอ้พระเจ้า!! ฉัน ชนะ ไม่ ได้ !

แม้ว่าเขาจะโด่งดังและหล่อเหลา แต่ฉันกลับ
เมินเขา ไม่ใช่ เพราะฉันใจร้ายหรือขี้เหร่ แต่
เพราะฉันเป็นคนขี้อาย เหลี่ยมจัด เขียวจัด
และไม่ อยาก ถูกกวนใจ ความสุดโต่งเหล่านี้
ล้วนเป็นสิ่งใหม่สำหรับฉัน ฉันคิดว่า RJ รู้และ
รับรู้ถึงสิ่งนี้ได้เพราะฉันไม่ เคย จำได้เลยว่า
เขาเคยกดดันหรือไม่เคารพฉันในทางใดทาง
หนึ่ง เขาจะถามฉันเกี่ยวกับงานในชั้นเรียน
ของเราเท่านั้น (ฉันเคยช่วยเพื่อนบางคนใน
ทีมฟุตบอลทำการบ้าน)

ในความคิดในวัยเด็กของฉัน RJ เป็นคนใจดี และอ่อนโยนต่อฉันมาก ตัวอย่างเช่น วันหนึ่ง ฉันกำลังกินข้าวกลางวันอยู่ในโรงอาหาร และ ฉันไม่ได้ สังเกต เห็น RJ เลย ฉันถามผู้หญิง คนหนึ่งที่นั่งรถบัสมากับฉัน (เธอต้องการเป็น เพื่อนกับฉัน ไม่ต้องบอกก็รู้ว่าฉันไม่ อนุญาต ให้ทำเช่นนั้น เพราะฉันอยู่คนเดียวได้สบายๆ)

คนเราสามารถเข้าใกล้ฉันได้เพียงระดับหนึ่ง เท่านั้น ... เพื่อนเป็นสิ่งต้องห้าม จนถึงทุกวัน นี้ ฉันก็ยังคงเป็นแบบนี้ ฉันไม่ชอบให้ใครเข้า ใกล้ฉัน การแสดงออกเช่นนี้เป็นธรรมชาติ และได้ผลดีที่สุดสำหรับฉัน แต่ในขณะ เดียวกัน มันไม่ยุติธรรมกับคนอื่น และอาจไม่ ยุติธรรมกับตัวฉันเองด้วย ฉันเชื่อว่ายังมีคน อีกไม่กี่คนที่สามารถปล่อยให้ " เข้ามา " ใน โลก นี้ ได้ อย่าง ปลอดภัย

ฉัน เพิ่ง เริ่มเรียนรู้ ว่า ไม่เป็นไร ฉัน ระมัดระวังและปกป้องตัวเองมาก และบางครั้ง ฉันเชื่อว่าสิ่งนี้อาจ ไม่ใช่ สิ่งดีสำหรับทุกคน เสมอไป

ตอนนี้ฉันยอมรับแล้วว่าฉัน ยัง กลัวคนที่เข้า
มา " ใน ใจ " ในลักษณะนี้ อยู่ ฉันยอมรับได้
ในตอนนี้ พร้อมหวังว่าฉันจะมีความสมดุลมาก
ขึ้นในด้านนี้

ฉันกำลังบอกโจน (เด็กสาวที่อยากเป็นเพื่อน)
ให้บราวนี่ (ขนมต้องห้ามจากแม่) กับฉัน ฉัน
เล่นกับเธอไปพลางหัวเราะและโชว์เหล็กดัด
ฟันของฉันจนลืมไปว่าฉันกำลังใส่เหล็กดัด
ฟันอยู่

ขณะที่ฉันกำลังหัวเราะอยู่ ฉันก็เหลือบไปเห็น
ใครบางคนกำลังมองมาที่ฉัน ฉันมองซ้ำสอง
ครั้ง ชายหนุ่มที่นั่งอยู่ตรงข้ามฉันที่โต๊ะถัดไป
คืออาร์เจ เขากำลังจ้องมองใบหน้าของฉัน
โดยตรง เมื่อฉันสังเกตเห็น เขาไม่เพียงแต่
จ้องมองใบหน้าของฉันเท่านั้น แต่ยังจ้องมอง
มาที่ดวงตาของฉันโดยตรงอีกด้วย ดูจริงจัง
มาก ฉัน ไม่ เคยเห็นใครดูจริงจังขนาดนี้มา
ก่อนในชีวิตวัยเยาว์ของฉัน

ฉัน ไม่รู้ ว่าจะทำอย่างไรกับแววตาที่จ้องมาที่
ฉัน ฉันไม่รู้ ว่า เกิดอะไรขึ้น ฉันรู้เพียงว่าเขา

จ้องฉันด้วยสายตาของเขา ในเวลาเดียวกัน
กับที่เขาดูจริงจังมาก เขาก็ยื่นบราวนี่ให้ฉัน
โดยไม่พูดอะไร (เขาทำท่าเล็กน้อยโดยยื่น
จานขนมที่มีบราวนี่วางอยู่ด้านบนออกไปเล็ก
น้อย) ฉันรับ สายตาของเด็กหนุ่มคนนั้นที่มอง
มาที่ฉัน ไม่ ไหวแล้ว ... โอ้โห!

ฉันมองลงไปทันทีและปฏิเสธด้วยความเขิน
อาย แต่ยังพูดอย่างสุภาพว่า " ขอบคุณ "

เขาไม่ยอมละสายตาจากฉันเลย เขาคงมอง
ฉันอยู่พักหนึ่งเพื่อยื่นบราวนี่ให้ฉัน และสังเกต
เห็นช่วงเวลาที่ฉันขอบราวนี่จากโจนเล่นๆ จน
กระทั่งสังเกตเห็นว่าเขากำลังจ้องมองฉันอยู่

นี่เป็นช่วงเวลาแรกที่ทำให้ฉันซาบซึ้งใจและ
ซาบซึ้งใจในวัยรุ่นเกี่ยวกับผู้ชายคนนี้ ฉัน
ไม่รู้เลยว่าจะมีเรื่องราวมากกว่านี้อีก หลังจาก
วันนั้น RJ ก็เริ่มเขียนข้อความและจดหมายถึง
ฉัน ... ไม่มากนัก และแน่นอนว่าไม่ใช่ข้อ
ความสั้นๆ แบบสมัยประถมอย่าง " คุณรักฉัน
ไหม ใช่หรือไม่ ติ๊กถูกช่อง " คิกคัก

เขาต้องการให้ฉันรู้ว่าเขากำลังคิดถึงฉัน เขา
จะพยายามมาพบฉันนอกชั้นเรียนที่เราเรียน
ด้วยกัน

" คุณจะให้ฉันถือหนังสือของคุณไหม? "

" ใช่. "

ตอนนี้ฉันเริ่มรู้สึกสบายใจกับเขาบ้างแล้ว ฉัน
คิดว่านี่เป็นเรื่องใหญ่ทีเดียว เขาเป็นดาวเด่น
ของทีมฟุตบอล (ควอเตอร์แบ็ก) เขามักจะขึ้น
พาดหัวข่าวในหนังสือพิมพ์ท้องถิ่นและสิ่ง
พิมพ์อื่นๆ ที่รายงานเกี่ยวกับเกมของเรา นอก
เหนือจากการเป็นดาราดังในวงการกีฬาแล้ว
เขายังเป็นคนดังในทุกๆ ด้านด้วย (คนที่ไป
เที่ยวเล่นก็รู้จักเขา)

ฉันเริ่มหาข้ออ้างกับแม่เพื่ออยู่หลังเลิกเรียน
เพื่อดูพ่อซ้อมฟุตบอล ชีวิตเล็กๆ ของฉันเริ่ม
เปลี่ยนไปจริงๆ ฉันรู้สึกเหมือนโดนตีจากทุก
ทิศทาง และผู้หญิงไม่เข้าใจสถานการณ์ของ
ฉันเลย

ลองดูความแตกต่างสิ: ควอร์เตอร์แบ็กคนดังที่
โด่งดังและมีสาวๆ หลายร้อยคนรุมล้อมเขา
และสาวฉลาดที่ใส่เหล็กดัดฟัน ขี้อาย และไร้
เดียงสามาก ฉัน ไม่คุ้นเคยกับความรู้สึกใหม่นี้
ที่ครอบงำฉันตั้งแต่เด็ก แต่ฉันชอบความรู้สึก
นั้น แม้จะเต็มไปด้วยบาดแผล แต่ฉันก็สนุกไป
กับสิ่งที่เขาเริ่มทำให้ฉันรู้สึก

เราเริ่มรู้จักกันดีขึ้น เขาเป็นคนพูดคุยส่วน
ใหญ่ แม้ว่าเขาจะทำให้ฉันหัวเราะอยู่เสมอ
ฉันไม่ได้ ไร้ เดียงสา ขนาดนั้น จนไม่รู้ ว่า RJ
เป็นผู้ชายประเภทที่เข้ากับคนอื่นได้ง่าย
(เพราะขาดคำพูดที่ดีกว่านี้) พูดตามตรง ฉัน
ไม่รู้อะไรเกี่ยวกับเพศตรงข้ามเลย! นี่ไม่ดีเลย!
พ่อแม่ควรบอกลูกๆ ว่าตอนนี้กี่โมงแล้ว เพื่อที่
พวกเขาจะได้เตรียมตัวเมื่อความรู้สึกเหล่านั้น
มาเยือน!

นี่เป็นครั้งแรกที่ฉัน รู้สึก แบบนี้ และความรักก็
เป็นสิ่งที่ต้องเป็น นอกจากความรู้สึกนี้แล้ว ยัง
มีความรู้สึกสับสนอื่นๆ อีกมากมายในตัวฉัน

ถึงตอนนี้ ฉันควรพูดเรื่องนี้กับแม่ แต่ไม่เคย
พูดเลย ฉันไม่ อยาก ทำให้แม่เสียใจหรือผิด
หวัง ฉันจึงเก็บเรื่องนี้ไว้กับตัวเอง ฉันควรบอก
แม่ถึงเรื่องนี้ สิ่งที่เด็กๆ ไม่กล้าบอกพ่อแม่!

สิ่งที่เด็กๆ ไม่รู้ ก็คือพ่อแม่ของเราก็เคยทำมา
แล้ว! ในบางกรณี การพูดคุยกับพ่อแม่ที่
ต้องการให้คุณสมบูรณ์แบบนั้นเป็นเรื่อง ยาก
และนั่นเป็นส่วนหนึ่งของความรู้สึกของฉัน
เป็นเรื่องยากสำหรับฉันที่จะบอกแม่ ดังนั้นฉัน
จึงไม่เคยบอกเลย และอย่างที่คุณจะเห็น เมื่อ
แม่รู้ความจริง ก็สายเกินไปแล้ว RJ และฉันมี
ความผูกพันกันมากเกินไป

พ่อแม่ต้องทำให้ลูกๆ พูดคุยกับพวกเขาได้ง่าย
ขึ้นโดยลดความคาดหวังและความต้องการ
ของพวกเขาลง แรงกดดันนี้ทำให้เด็กๆ ตกอยู่
ในสถานการณ์ที่ยากลำบาก และเราต้อง
จัดการเรื่องนี้ด้วยตัวเองโดยไม่บอกคุณ เด็กๆ
ไม่ได้รับการเตรียมพร้อมให้รับมือกับ
สถานการณ์ประเภทนี้!

พ่อแม่หลายคนบังคับให้ลูกๆ จัดการสิ่งต่างๆ
ด้วยตัวเอง ซึ่งนำไปสู่ปัญหาต่างๆ มากมาย
เด็กๆ มักจะตัดสินใจโดยขาดประสบการณ์
พ่อแม่ควรเป็นมิตรและเปิดใจมากขึ้น และ
หยุดเรียกร้องและคาดหวังความสมบูรณ์แบบ!

ไม่มีใครสมบูรณ์แบบในโลกนี้ แล้วอะไรที่
ทำให้พ่อแม่คิดว่าพวกเขาจะมีลูกที่สมบูรณ์
แบบ พ่อแม่หลายคนไม่ ต้องการ ให้ลูกเป็น
มนุษย์! มัน ไม่ จริง! สิ่งต่างๆ จะเกิดขึ้นกับ
มนุษย์ทุกคนที่เกิดมาบนโลกใบนี้... ทำไม?
เพราะธรรมชาติบอกอย่างนั้น! ไม่มีใครหยุด
ธรรมชาติได้ และเมื่อพ่อแม่ตระหนักว่าพวก
เขา กำลัง ฝ่าฝืนกระแสด้วยการพยายามหยุด
ยั้งธรรมชาติ ทุกอย่างก็จะราบรื่นขึ้นเล็กน้อย

พ่อแม่ก็เป็นมนุษย์เหมือนกัน แล้วคุณคิดว่าลูก
ของคุณจะแตกต่างไปจากพ่อแม่คนอื่น
อย่างไร? ทำให้การเป็นพ่อแม่เป็นเรื่องง่ายขึ้น
เปิดใจกับลูกบ้าง การทำเช่นนี้จะทำให้ลูกเปิด
ใจและคุยกับคุณได้ง่ายขึ้นเมื่อเจออุปสรรค
เช่น อุปสรรคที่ฉันเพิ่งพบเจอในชีวิต

ดีว่าการบอกเธอว่าฉันรู้สึกอย่างไรนั้น เป็น เรื่องง่ายเพียงใด ฉันเข้าใจดีว่าเธอเป็นผู้หญิง ที่แท้จริง และ รู้ว่าการพูดคุยกับเธอโดยไม่ถูก วิพากษ์วิจารณ์ว่าเป็นมนุษย์และความรู้สึกนั้น เป็นเรื่องง่ายเพียงใด ความ รู้สึกเป็นเรื่อง ธรรมชาตินะทุกคน!

ตอนนี้ฉันมองเห็นสิ่งเหล่านี้ได้ แต่สิ่งที่ฉันเห็น " ตอนนี้ " ไม่ สำคัญ ความเสียหายเกิดขึ้น แล้ว! สิ่ง ที่สำคัญจริงๆ คือ สิ่งที่ฉันไม่ เห็น ใน ตอนนั้นและสิ่งที่ฉันได้รับจากตอนนั้น เมื่อฉัน ไตร่ตรองถึงชีวิตของฉัน ฉันมองแม่มากขึ้น ฉันมองเห็นว่าแม่ต้องการให้ฉันเปิดใจและพูด คุยกับเธอ

ไม่ว่าจะเกิดอะไรขึ้น พ่อแม่ต้องผ่อนคลายและ ทำความรู้จักลูกๆ ก่อนที่มัน จะ สายเกินไป โดยเฉพาะเมื่อพวกเขาเข้าสู่วัยแรกรุ่น นอกจากนี้ อย่า บอก พวกเขาเกี่ยวกับสิ่งดีๆ ทั้งหมดในโลกที่ปกป้องพวก เขา มากเกินไป ให้พวกเขารู้รายละเอียดของสิ่งที่ " อยู่ ภายนอก " ในโลกทั้งหมด

ให้พวกเขาเผชิญกับความเป็นจริงอันเลวร้าย
เพื่อที่พวกเขาจะได้ ไม่ ต้องถูกหลอกเหมือน
อย่างฉัน ใช่แล้ว เป็นความรับผิดชอบของพ่อ
แม่ทุกคน ที่ จะปกป้องลูกๆ ของพวกเขา แต่
อย่าลืมให้ ความรู้เกี่ยวกับถนนแก่ พวก เขา
บ้างด้วย!

อย่า เข้าใจ ฉันผิด ฉันไม่ได้โทษแม่ เพราะฉัน
รู้จักแยกแยะผิดชอบชั่วดี ฉัน ไม่ ได้บอกว่า
เป็น เรื่อง ของถูกและผิดเมื่อคุณรู้สึกกับใคร
สักคน ฉัน แค่ บอกว่าทุกอย่างอาจจะราบรื่น
ขึ้นเล็กน้อยในตอนนี้ในชีวิตของฉัน ถ้าฉัน
รู้สึกว่ามัน " ปลอดภัย " ที่จะคุยกับแม่ มัน ยาก
ที่จะเปิดใจกับใครสักคนเมื่อคุณ รู้สึกว่ามัน ไม่
ปลอดภัย ลองเปิดใจกับคนที่คุณรู้สึกไม่
ปลอดภัย ด้วยแล้วดูว่าคุณไปได้ไกลแค่ไหน

แม้ว่าแม่จะรักฉันและเป็นคนสนุกสนาน แต่
ฉัน รู้สึกว่าการเปิดใจกับแม่เกี่ยวกับความรู้สึก
ตามธรรมชาติเหล่านี้เป็นเรื่อง ไม่ ถูกต้อง
เพราะมีความต้องการมากในพิธีกรรมทาง
ศาสนาของเรา และฉันกลัวจะทำให้แม่ผิดหวัง

ความ รู้สึก ตามธรรมชาติ ไม่ควรถูกมองว่า เป็นความผิดหวัง... นั่น คือ ความจริง นั่น คือ ชีวิต และนั่น คือ ความเป็นมนุษย์อย่างแท้จริง เด็กจำนวนมากไม่ คิด ว่านี่คือ *ธรรมชาติ* พวกเขาคิดว่านั่น เป็น ความผิดร้ายแรงที่สุด สิ่งที่น่าเศร้าก็คือมีพ่อแม่จำนวนมากที่คิดแบบ เดียวกัน

ฉันรู้ดีว่า ถ้าฉันรู้สึกสบายใจพอที่จะคุยกับแม่ หลายๆ อย่างก็คงป้องกันได้ แม่สามารถสอน ฉันเกี่ยวกับความรู้สึกเหล่านี้และวิธีจัดการกับ มันได้ เธอสามารถสอนฉันเกี่ยวกับวิธีปฏิบัติ ของคนเดินถนน เธอ เคย ทำแบบนั้นกับพ่อ ของฉันมาแล้ว

ฉันเพิ่งเริ่มเล่นเกมนี้และต้องการคำแนะนำ บางอย่าง แต่เหมือนที่บอก ฉันกลัวจะทำให้ เธอผิดหวัง ซึ่งทำให้ฉันต้องจัดการกับเรื่องนี้ ด้วยตัวเอง พูด ง่ายๆ ก็คือไม่ได้จัดการกับมัน เลย หลายๆ อย่างในชีวิตของฉันสามารถ ป้องกันได้ หลาย ๆ อย่าง ถ้ามีใครสักคนคุย กับฉัน

ฉันคิดว่าไม่ทางใดก็ทางหนึ่ง บางอย่างจะต้อง
เกิดขึ้นกับฉันในบางจุด แต่ฉันเอาชีวิตของ
ฉันมาเดิมพันด้วยข้อเท็จจริงนี้: สิ่งที่เกิดขึ้นจะ
ไม่เกิดขึ้นเลยถ้ามีคนพูดกับฉัน โศกนาฏกรรม
กำลังจะเกิดขึ้น!!

# บทที่ 9

## งานพรอม

มีบางวันที่ RJ ไม่ มา โรงเรียนเลย วันนั้นฉัน
คิดถึงหน้าเขา ในช่วงเวลานั้น เด็กผู้ชายคน
หนึ่งจากพิธีทางศาสนาของเราถามแม่ของฉัน
และฉันว่าเขาพาฉันไปงานเต้นรำรับปริญญา
ของเขาได้ไหม

แม่ของฉันตื่นเต้นมาก ฉัน แทบ ไม่ รู้สึกตื่น
เต้นเหมือนแม่เลย ฉันตกลงที่จะไป ฉันเดาว่า
ฉันตกลงเพราะความตื่นเต้นที่ได้ออกไปข้าง
นอก ไม่ใช่เพราะเดทจริงๆ

ฉันไม่ ได้ ตั้งใจจะฟังดูรุนแรงหรืออะไรก็ตาม
เพราะผู้ชายที่ถามแม่ฉันนั้นไม่ได้ น่า เกลียด
แต่เขาไม่ใช่ RJ และเขา ไม่ ได้น่าตื่นเต้นเท่า
ไหร่ด้วย

ที่ฉันหมายถึงก็คือเขาเป็นเด็กดี ฉันต้องส่าย
หัวให้กับเรื่องนี้เพราะมัน น่า ทึ่งมากที่ดู

103

เหมือนว่าเราจะดึงดูดสิ่งที่ตรงข้ามกับสิ่งที่เราเป็นอยู่เสมอ แม้ว่าสิ่งที่ตรงข้ามจะ ไม่ ดีต่อเราก็ตาม ใช่ สิ่งตรงข้ามดึงดูดกัน แต่ถ้ามัน ตรงข้ามกันมากเกินไปในพื้นที่ที่ผิด สิ่งนี้อาจสร้างความเสียหายและถึงแก่ชีวิตได้ (ตามตัวอักษร)! ระวัง !

แม่ของฉันไปทำภารกิจต่างๆ ให้ฉัน ไม่ว่าจะเป็นชุด ต่างหู รองเท้า และทุกสิ่งทุกอย่าง เธอคิดทรงผม (ที่เธอจัดแต่งให้) แม้แต่แม่ของผู้ชายคนนั้น และ แม่ของฉันต่างก็ตื่นเต้นมาก พวกเขาวางแผนให้พวกเรามาเป็นเพื่อนเจ้าสาวในตอนเย็น โดยใช้พวกเขาปกป้องเราจากการกระทำของฮอร์โมนที่อาจเกิดขึ้น พวกเขาเน้นย้ำว่าห้ามมีเพศสัมพันธ์ก่อนแต่งงาน ซึ่งช่วยป้องกันการก่อเรื่องไม่พึงประสงค์อื่นๆ ตามมา เพื่อนร่วมทริปเป็นคนอายุเท่ากันกับเราสองคน และยิ่งไปกว่านั้น พ่อแม่ของเรายังไว้ใจเราอีกด้วย

เมื่อเบ็นมารับฉัน ทุกคนทำท่าเหมือนฉันกำลังจะแต่งงานหรืออะไรทำนองนั้น — เหมือนกับ

ว่าฉันกำลังเดินทางไปฮันนีมูน ทุกคนต่างรอคอยเบ็นอย่างใจจดใจจ่อ เมื่อเบ็นมาถึง เขาก็ติดดอกไม้ติดเสื้อบนชุดของฉัน ฉันนึกภาพไม่ออกเลยว่าแม่ของฉันคงรู้สึกอย่างไร ฉันไม่มีลูก แต่การได้เห็นลูกคนแรกของเธอเติบโตขึ้นคงทำให้เธอซาบซึ้งใจไม่น้อย

ฉันไม่รู้เหมือนกัน เพราะ ฉันไม่ใช่แม่ แต่ฉันจินตนาการได้แค่ว่าคงเป็นเรื่องธรรมดาที่เธอจะรู้สึกแบบนั้น ฉันแค่พร้อมที่จะออกไปข้างนอก... ออกเดินทางกันเลย!

ทุกคนยืนเรียงแถวกันเพื่อมองดูเบ็นและฉัน (แม่ ยาย และน้องสาว) หลังจากที่เขาติดช่อดอกไม้แล้ว เราก็ขึ้นรถของเขาและมุ่งหน้าไปงานเต้นรำของเขา แม่ของฉันยิ้มกว้างมาก

“ ขอให้สนุกนะ วิกกี้! ” เธอร้องตะโกน

งานเต้นรำจัดขึ้นที่เดย์โทนาบีช ฟลอริดา บนชายหาด การไปที่นั่นเป็นเรื่องสนุก และเบ็นก็ไม่ ได้แย่เลย เขาเป็นผู้ชายคนเดียวที่อายุใกล้เคียงกับฉันที่ไปร่วมพิธีทางศาสนาของฉัน

อย่างที่ฉันบอกไปก่อนหน้านี้ เขาไม่ได้
หน้าตา แย่ เขาชอบแนวเพลงของฉัน และเขา
ก็ค่อนข้างสนุกสนาน เขาแค่ไม่มี ความ ตื่น
เต้นมากพอที่จะทำให้ฉันตื่นเต้น

คุณน่าจะเห็นว่าแม่ฉันแต่งตัวและจัดทรงผม
ให้ฉันยังไง... ฉันอยู่ชั้นมัธยมศึกษาปีที่ 11
นะ!! โอ้โห !

โดยรวมแล้วฉันมีช่วงเวลาที่ดี เบนพาฉันกลับ
บ้านทันที เมื่อฉันกลับมาถึง (ที่บ้านคุณย่า) ฉัน
ต้องโทรหาแม่เพื่อบอกเธอว่าฉันถึงบ้านแล้ว...
และนั่นก็คือทั้งหมด มัน แปลก มากที่ฉันยัง
ชอบอาร์เจมากกว่า

อย่างที่ฉัน ได้ กล่าวไปแล้ว ฉันเริ่มหาข้อ
แก้ตัวกับแม่ โดยบอกกับแม่ว่าฉันต้องอยู่หลัง
เลิกเรียนเพื่อทำโปรเจกต์ต่างๆ เพื่อที่จะได้ดู
RJ ระหว่างซ้อมฟุตบอล หลังจากซ้อมเสร็จ
แล้ว RJ ก็จะเข้ามาคุยกับฉัน ทำให้ฉันหัวเราะ
ฯลฯ ฉันจำได้ว่าแทบทุกคนสังเกตเห็นความ
สนใจที่ RJ มอบให้ฉัน เด็กผู้หญิงอิจฉาจน
หน้าเขียว

ณ จุดนี้ เขาเริ่มเล่าให้ฉันฟังเพิ่มเติมเกี่ยวกับ
ชีวิตส่วนตัวของเขา อย่างน้อยเขาก็เปิดใจ
เกี่ยวกับผู้หญิงอีกคนที่เขากำลังคบอยู่ และ
เมื่อฉันพูดว่า " ผู้หญิง " ฉันหมายถึงแค่นั้น
เธอเป็นผู้หญิงที่อายุมากกว่าที่กำลังจะมีลูกกับ
เขา แม้ว่าเขาจะเปิดใจกับฉัน เขากลับกลัวที่
จะบอกฉัน กลัวว่าเขา จะ สูญเสียสิ่งที่เขามีอยู่
แล้ว เขายังถึงขั้นแสดงจดหมายที่ผู้หญิงคน
นั้นเขียนถึงเขาให้ฉันดู โดยเรียกฉันว่า " เด็ก
นักเรียนหญิงของเขา " ฉันคิดว่าฉันเคารพ RJ
มากขึ้นที่เขาเปิดใจและซื่อสัตย์กับฉัน

เด็กผู้ชายบางคนในโรงเรียนเริ่มอยากรู้จักฉัน
มากขึ้น และมักจะแนะนำตัวทุกครั้งที่ RJ ขาด
เรียนหรืออะไรก็ตาม ฉันจำเด็กผู้ชายสองคน
ที่อยากรู้จักฉันมากขึ้นได้ คนหนึ่งเป็นคนผิว
ขาว และอีกคนเป็นคนพื้นเมืองอเมริกัน ฉัน
ไม่รู้เลยว่า RJ กำลังจะออกจากโรงเรียนแล้ว!

" วิกกี้ ฉันมีบางอย่างจะบอกคุณ ..."

" มีอะไรเหรอ " ฉันพูดด้วยความกังวล

อาร์เจมีสีหน้าเข้มข้นมาก

" ฉันต้องออกจากโรงเรียน Crescent City
High "

# บทที่ 10

## ระหว่างทาง

วิธีเดียวที่จะได้เจออาร์เจคือต้องหนีไป
โรงเรียน ! ฉันไม่สามารถ เจอ เขาหลังเลิก
เรียนได้ เจอได้เฉพาะตอนเรียนเท่านั้น ไม่งั้น
แม่จะรู้ เราทั้งคู่รู้ดีว่าฉันจะต้องเดือดร้อนแน่
ถ้าแม่รู้เข้า

ฉันสงสัยว่าสิ่งต่างๆ ที่กระทบต่อผู้คนในชีวิต
ของพวกเขาจะหายไปหมดสิ้นหรือไม่ หรือเรา
เพียงแค่สามารถสงบสติอารมณ์กับ
สถานการณ์ต่างๆ และค้นพบวิธีที่ดีกว่าในการ
จัดการกับมัน?

ฉันเดาว่าในชีวิตของฉัน สิ่งต่างๆ ที่ฉัน เผชิญ
และประสบการณ์ที่หล่อหลอมฉันในที่สุด มี
เพียงเวลาเท่านั้นที่จะบอกได้ว่าสิ่งเหล่านั้นจะ
หายไปหมดหรือไม่ พวกมันจะต้องจืดจางลง
ในสักวัน ฉัน นึกภาพ ไม่ ออกว่าจะต้องผ่าน

ช่วงที่เหลือของชีวิตไปพร้อมกับความรู้สึก
ทั้งหมดที่ฉันรู้สึกทุกครั้งที่พูดถึงอดีต

นี่เป็นครั้งแรกที่ฉันย้อนเวลากลับไปมองและ
ใช้ชีวิตอีกครั้ง การเผชิญหน้ากับสิ่งต่างๆ
ต้องใช้ความแข็งแกร่ง! ฉัน จะ รออย่างอดทน
เพื่อดูว่าผลลัพธ์จะเป็นอย่างไรหากพูดถึงอดีต
ของฉัน

ความอดทน ความแข็งแกร่ง และเวลา
เป็นการ ผสมผสานที่น่าสนใจ

เมื่อ RJ บอกฉันว่าเขาต้องออกจากโรงเรียน
ฉันรู้สึกเสียใจอย่างบอกไม่ถูก ฉันไม่รู้ ว่า จะ
คิดอย่างไร สิ่งเดียวที่ฉันจำได้เกี่ยวกับวันนั้น
และช่วงเวลานั้นคือฉันกับ RJ เป็นเพียงคน
เดียวที่อยู่ในห้องโถง ไม่มีใครอยู่แถวนั้นเลย
(ฉันคิดว่าฉันขาดเรียนหรืออะไรสักอย่าง)
ใครจะไปสนใจเรื่องเรียนที่กำลังเกิดขึ้นอยู่ล่ะ

อาร์เจยืนใกล้ฉัน วันนั้นฝนตก ฉันรู้สึกเจ็บ
ปวดและเศร้าอย่างกะทันหัน ฉันไม่เคยรู้สึก
เจ็บปวดแบบนี้มาก่อน อาร์เจเอนตัวเข้ามาจูบ

ฉันที่ริมฝีปากอย่างอ่อนโยน จากนั้นก็หันหลัง
แล้วเดินไปตามทางเดิน ผ่านประตู ออกไปใน
สายฝน โดยไม่หันหลังกลับเลย ... เสียใจมาก!

ฉันไม่มีวันได้พบกับอาร์เจอีก ฉันจัดการกับ
เรื่องนี้ด้วยตัวเองเพราะรู้สึก ว่า ไม่ สามารถ
บอกใครได้ ฉันปรารถนาที่จะเห็นหน้าเขา
และเห็นเขายิ้ม... อะไรสักอย่าง ฉันคิดถึงเขาที่
โรงเรียนมากกว่า

วันหนึ่ง ขณะที่ฉันกำลังกลับบ้านจากโรงเรียน
(โดยนั่งรถโรงเรียน) เด็กผู้หญิงสองคนสังเกต
เห็นรถคันหนึ่งขับตามรถบัสมา ดูเหมือนว่ารถ
คันนั้นจะขับตามรถบัสมาสักพักแล้ว แต่ถึงแม้
ฉันจะนั่งอยู่ด้านหลังรถ ฉันก็ไม่ได้ สังเกต
เห็น ฉันหันไปดูว่าเกิดอะไรขึ้น

ฉันตกใจมากเมื่อเห็นว่า RJ กำลังขับรถ
Thunderbird สีเทาและน้ำเงินตามรถบัสคันนั้น
ฉันตกใจมากเมื่อเห็นสิ่งนี้ เมื่อฉันหันไปมอง
ฉันรู้สึกราวกับว่า RJ กำลังจ้องมองลงมาที่
วิญญาณของฉันจากรถของเขา ผ่านหน้าต่าง
รถบัสคันนั้น ตรงเข้ามาหาฉันโดยตรง เด็ก

ชายไม่ได้อยู่ ใกล้ เลย แต่เขากลับแทรกซึม
วิญญาณของฉันจากระยะไกล

ฉันรู้ว่าเขาต้องการให้ฉันลงที่ป้ายถัดไปเลย...
ไม่นะ!

" วิกกี้ อาร์เจ บราวน์ ต้องการคุณ … ระวังตัว
ด้วยนะ " หนึ่งในผู้หญิงบนรถบัสเตือน

เขายังคงเดินตามรถเมล์ต่อไปจนกระทั่งถึง
เวลาที่ฉันต้องลงรถ   ฉันลงจากรถเมล์เพราะ
ไม่มีทางเลือกอื่น  ฉันประหม่าและกลัวจนแทบ
สิ้นสติ ฉันไม่ได้ เจอ เขามาหลายสัปดาห์แล้ว
และฉันรู้สึกทรมานใจที่ไม่สามารถเจอเขาได้
เด็กผู้หญิงทุกคนในโรงเรียนจะพูดบางอย่าง
ออกมาทุกครั้งที่ฉันเดินผ่านในโถงทางเดิน
ดังพอที่จะทำให้ฉันรู้ว่าพวกเธอ เห็น อาร์เจ

"   เมื่อคืนฉันกับอาร์เจออกไปเที่ยวด้วยกัน
และเรามีช่วงเวลาดีๆ กันมาก "

" คุณทำอย่างนั้นหรือเปล่าสาวน้อย "

ฉันลงจากรถบัสแล้วเดินต่อไปตามถนนเพื่อ
ไปบ้านคุณยาย คอแข็ง ... ไม่ สนใจเขา ฉัน
ไม่รู้ ว่าจะพูดอะไรกับเขา และ ไม่ แน่ใจว่า
อยากจะพูดอะไรหรือไม่

เขาไม่ยอมออกไป เขาขี่รถช้าๆ เคียงข้างฉัน
ในขณะที่ฉันเดินเร็วที่สุดเท่าที่จะทำได้โดยถือ
หนังสือไว้

" ขึ้นรถหลบฝน "

" ฉัน จะ ไม่ขึ้นรถคันนั้นหรอก อาร์เจ "

" วิกกี้ คุณจะคุยกับฉันไหม? "

ฉันคงจะช่วยตัวเองจากสิ่งที่กลายเป็นจุดเริ่ม
ต้นของความเจ็บปวดและความเจ็บปวดที่ร้าย
แรงได้หากฉันไม่หยุดและฟังสิ่งที่เขาจะพูด

ฉันอยากให้อาร์เจขับรถออกไปก่อนที่คุณยาย
จะมองออกไปนอกหน้าต่างและเห็นฉันยืนคุย
กับเขา ตอนนั้น เราอยู่ห่างจาก บ้าน คุณ ยาย
เพียงไม่กี่ฟุตเท่านั้น

อาร์เจสัมผัสได้ว่าฉันกำลังเกร็งเมื่อเราเข้า ใกล้บ้านคุณยาย เขา จอดรถ ลงจากรถ ก้าว มาขวางหน้าฉัน เงยคางฉันขึ้น และทำให้ฉัน มองเขา

" ฉันรักคุณ. "

เขาขึ้นรถแล้วขับออกไป

คืนนั้น ขณะนอนเปิดโคมไฟอ่านหนังสืออยู่ บนเตียง ฉันได้ยินเสียงเคาะเบาๆ ที่หน้าต่าง ฉันแทบจะกระโดดออกจากผิวหนัง

" วิกกี้ "

คงจะดึกมากแล้วเพราะคุณยายเข้านอนแล้ว ฉันคุกเข่าลงและมองออกไปนอกหน้าต่างเพื่อ ดูว่าใครมา

" RJ อยากเจอคุณ! " มันเป็น เพื่อนคนหนึ่ง ของ RJ

" คุณกำลังพูดเรื่องอะไร? "

" เขา จอด รถ ไว้ข้างถนน! "

" ฉัน จะ ไม่ออกไปที่นั่น! "

" วิกกี้ มาดูว่าเขาต้องการอะไร " ชายคนนั้น
แทบจะขอร้องให้ฉันออกไปข้างนอก

ฉันปฏิเสธที่จะฟังสิ่งที่เด็กคนนี้จะพูด ฉันจะไม่
ออกไปข้างนอกในเวลากลางคืนเช่นนั้น ใน
เวลากลางวันด้วย ฉันจะไม่ ก่อ เรื่องวุ่นวาย!
ในที่สุดเด็กก็ยอมแพ้และจากไป

อีกไม่กี่นาทีต่อมาก็มีเสียงเคาะอีกครั้ง และฉัน
ก็กรี๊ดร้องด้วยความกลัวอีกครั้ง!

" วิกกี้ " คราวนี้ฉันจำเสียงที่เรียกชื่อฉันได้
ทันที ฉันลุกขึ้นมองออกไปนอกหน้าต่าง

ฉันปิดโคมไฟกลางคืน สวมรองเท้าแตะใน
ห้องนอน เดินย่องไปตามรถพ่วงไปที่ประตู
หน้า แล้วเดินออกไปด้านนอก ฉันกำลังเดิน

ทางไปยังสถานที่ที่ไม่อาจจินตนาการได้
เพียงแค่เดินออกจากประตูบานนั้น!

ความไร้เดียงสาที่ฉัน มี เริ่มถูกรุกราน ถ้าฉัน
พูดเรื่องนี้กับแม่เสียที เมื่อ ฉันไม่ได้อยู่บ้านแม่
แล้ว แม่ ก็ ไม่ สามารถรับรู้ถึงความแตกต่าง
ในตัวฉันได้ในทันที

" ฉันต้องกลับเข้าไปข้างใน "

เขาไม่ ได้ กดดันหรือพยายามบังคับให้ฉันอยู่
ต่อ หลังจากเข้าไปข้างในแล้ว ฉันนอนคิดอยู่
บนเตียงทั้งคืน คืนนั้นจะเป็นจุดเริ่มต้นของ
กิจวัตรประจำวันเดิมๆ ที่เราเคยเจอกัน ความ
แตกต่างเพียงอย่างเดียวของคืนนี้และเวลาที่
ตามมาคือฉันกล้ามากขึ้น

เราจะนั่งคุยกันในสนามตอนกลางคืน เขา ถูก
ไล่ออกจากโรงเรียน แต่เขาก็ตั้งใจว่าจะหา
ทางพบฉันให้ได้ด้วยวิธีใดก็ตาม ฉันก็ทำตาม
เราจะไม่ยืนคุยกันในสนามอีกต่อไป เราจะขึ้น
รถของเขาแล้วออกเดินทาง

อาร์เจเริ่มมารับฉันแทบทุกคืน แต่ส่วนใหญ่ก็
เฉพาะคืนที่มีเรียนเท่านั้น เพราะด้วยเหตุผล
บางอย่าง ฉันรู้สึกสบายใจที่เป็นแบบนี้ แม้ว่า
จะมีบางครั้งที่เขาจะโน้มน้าวให้ฉันออกไป
ข้างนอกในช่วงสุดสัปดาห์ก็ตาม

เมื่อถึงจุดนี้ ฉันเริ่มดื้อรั้น แม่พามาร์ก นิกกี้
และฉันไปธนาคารเพื่อเปิดบัญชีออมทรัพย์ให้
พวกเรา

ฉันนั่งอยู่บนเก้าอี้ตัวหนึ่งในธนาคารโดยปาก
ยื่นออกไปโดยไม่พูดอะไรกับแม่สักคำ

" คุณคิดว่าคุณ โต แล้วเหรอ! "

แม่ของฉันยืนอยู่และมองมาที่ฉันราวกับว่าเธอ
สามารถผลักฉันออกจากธนาคารนั้นได้

ฉันนั่งอ้าปากค้างอยู่ตรงนั้น พี่ชายของฉันนั่ง
นิ่งด้วยดวงตาที่สดใส และนิกกี้ก็จ้องมอง
อย่างไม่ละสายตาเหมือนเช่นเคย เพื่อดูฉาก
ต่างๆ

แม่ของฉันต้องรู้สึกเจ็บปวดมากกับการกระทำ
ของฉัน ถ้าแม่อยู่ที่นี่ ฉันคงต้องขอโทษแม่
สำหรับการกระทำของฉันในวันนั้น แม่ไม่
สมควรได้รับสิ่งนั้น ฉันเองต่างหากที่มีปัญหา
กับความรู้สึกทั้งหมดเกี่ยวกับอาร์เจ ฉันไม่รู้
เลยว่าฉันต้องเปิดใจกับแม่

แทนที่จะคุยกับเธอ ฉันกลับระบายความ
หงุดหงิดที่เก็บกดเอาไว้ในใจให้เธอฟัง ซึ่งมัน
ไม่ยุติธรรมสำหรับเธอเลย ผู้หญิงคนนั้น
ทำงานหนักเพื่อพวกเราและให้ความช่วย
เหลือเรามากมาย ใช่ เธอทำผิดพลาดไปสอง
สามครั้ง แต่เธอก็เป็นมนุษย์คนหนึ่งและไม่
สมบูรณ์แบบ

เธอ ไม่ สมควรได้รับทัศนคติแย่ๆ ของฉันใน
วันนั้น ไม่ต้องพูดถึงว่าเธอยังสอนฉันให้เริ่ม
ออมเงินอีกด้วย

" แม่ขอโทษจริงๆ แม่ไม่สามารถ หา ข้อแก้ตัว
ให้ตัวเองได้ แต่แม่ต้องบอกว่ามีเรื่องเกิดขึ้น
กับแม่หลายอย่างที่แม่ไม่รู้เลย แม่หวังว่าจะมี
ทางที่แม่จะได้คุยกับแม่และเปิดใจให้แม่บ้าง "

ตอนนั้น " ฉันคุยกับคุณไม่ได้ และ ส่วนที่เจ็บ
ปวดคือตอนนี้ฉันไม่สามารถคุยกับคุณได้อีก
แล้ว "

บาดแผลทางใจ ภาค 1

# บทที่ 11

## ถูกจับ

วันหนึ่ง แม่ของฉันมาที่บ้านคุณยาย เพื่อ รับฉันเข้าเมืองเหมือนเช่นเคย ระหว่างทาง แม่ของฉันแวะปั๊มน้ำมันเพื่อเติมน้ำมันรถ ... ทันใดนั้นก็มีรถคันหนึ่งโผล่มาจากไหนก็ไม่รู้!

" อาร์เจ ! "

ฉันเกือบตายเมื่อเห็นเขาอยู่ในรถคันนั้น ฉันนั่งอยู่ที่เบาะหลัง นิกกี้นั่งอยู่ที่เบาะผู้โดยสารด้านหน้า และแน่นอนว่าแม่ของฉันเป็นคนขับ ฉันพยายามย่อตัวให้ต่ำลงเพื่อเข้าไปนั่งในเบาะ ... แต่ก็ไม่เป็นผล!

อาร์เจหันหัวมาพอดีและเห็นรถของแม่ ฉัน ฉันเห็นแววตาสดใสที่ปรากฏบนใบหน้าของเขาในทันที และฉันรู้ว่ามันจบลงแล้ว เด็กชายคนนั้นกระโดดออกจากรถอย่างรวดเร็วและวิ่งมาที่รถของเรา

จนถึงตอนนี้ แม่ของฉันไม่รู้เรื่อง RJ และฉัน
เลย RJ ไม่ได้ คิด อะไรหรือไม่สนใจเลย ...
เมื่อ รู้จัก ผู้ชายที่ฉันรู้จักตอนนี้แล้ว เขาไม่
สนใจ เลย ฉันเดาว่าการแอบทำอะไรแบบนี้
คงทำให้เขาเบื่อหน่าย

" สวัสดีค่ะคุณครูดอต สบายดีไหมคะ วิกกี้เล่า
ให้คุณฟังเรื่องรูปถ่ายโรงเรียนที่เราถ่ายกัน
ไหมคะ " เขากล่าวด้วยรอยยิ้มแห่งความสุข

ก่อนที่ RJ จะพูดจบประโยค แม่ของฉันก็มอง
มาที่ฉันผ่านกระจกมองหลังทันที พูดได้เต็ม
ปากเลยว่าฉันกำลังทำให้ฉันอยู่ใน
สถานการณ์แบบนั้น RJ ทำให้ฉันอยู่ใน
สถานการณ์ แบบ นั้น จริงๆ

" วิกกี้ เมื่อไหร่รูปของพวกเราจะกลับมา? "

ฉันไม่ คิด ว่าฉันจะพูดอะไรออกไปเลย ... ปาก
ของฉันเป็นอัมพาต! ฉันหดตัวลงไปที่เบาะจน
แทบมองไม่เห็น! ในตอนนี้ RJ คงจะสติแตกไป
แล้วเมื่อเขาเห็นสีหน้าอับอายของฉัน เขาคิด
อะไรอยู่? ฉันโดนจับได้!!!

ไม่กี่วันก่อนเกิดเหตุการณ์นี้ RJ ได้แอบเข้ามา
ในโรงเรียนเพื่อถ่ายรูปรับปริญญาของฉัน
ด้วย รูปถ่ายเหล่านี้ถ่ายในห้องสมุดของ
โรงเรียน เขาสามารถเข้าไปได้อย่างง่ายดาย
เขายังนำดอกกุหลาบและลูกโป่งมาให้ฉันหนึ่ง
โหลเพื่อใช้ในโอกาสนี้ด้วย

หลังจากที่ RJ กลับมามีสติสัมปชัญญะและ
กลับไปที่รถ ฉันเห็นแม่มองมาที่ฉันในกระจก
มองหลัง ฉันบอกได้จากแววตาของแม่ที่แวบ
เห็นเพียงแวบเดียว ว่า แม่รู้สึกสงสารฉันจริงๆ
เพราะฉัน ถูก จับได้ ดูเหมือนแม่จะหัวเราะ
ออกมาถ้าไม่เห็นสีหน้าอับอายของฉัน เธอ
ทำให้ฉันสบายใจขึ้นและไม่ พูด ถึงเรื่องนี้
ระหว่างทางไป บ้าน คุณย่า

เธอพูดถึงเรื่องอื่น ๆ สังเกตว่าฉันบอกว่าเธอ
พูดถึงเรื่องอื่น ๆ ฉันตกใจจน ขยับปากไม่ ได้

แม่ของฉันมองข้ามเหตุการณ์ในวันนั้น แต่
คุณสามารถเชื่อใจและเชื่อได้ว่าจิตใจของเธอ

123

คงทำงานหนักเกินไป เธอไม่รู้ เรื่อง ที่ฉันแอบ
ออกจากบ้านคุณยาย ตอน กลางคืน

เรามีสิ่งที่สวยงามมาก ... มันถูกทำลายโดย
ผู้คน ด้วยชีวิต ด้วยแรงกดดัน — แรงกดดัน
ที่มาจากทั้งสองฝ่ายของครอบครัวเรา

หลังจากเหตุการณ์นี้ แม่ของฉันเริ่มมองเห็น
ชัดเจนว่าเรื่องนี้ร้ายแรงแค่ไหน และเธอช่วย
ให้ฉันพูดคุยกับเธอและแสดงความรู้สึกออก
มา ฉันเปิดใจกับเธอให้มากที่สุดเท่าที่จะทำได้
และบอกเธอว่าฉันรู้สึกอย่างไร

เมื่อเธอคุยกับฉัน เธอก็ไปที่ บ้านของ RJ เพื่อ
ตามหาเขา เป็น เรื่อง น่า เสียดายที่แม่ของฉัน
ต้องทำทั้งหมดนี้ด้วยตัวเองโดยไม่ได้รับความ
ช่วยเหลือจากพ่อของฉัน สิ่งนี้ทำให้ฉัน
ซาบซึ้งในความพยายามและความแข็งแกร่ง
ทั้งหมดที่เธอต้องใช้เพื่อจัดการกับฉัน

เธอเป็นทั้งแม่และพ่อของฉัน เธอต้องฝ่าฟัน
ความท้าทายแบบเด็กอายุสิบเจ็ดปีและ
สถานการณ์ต่างๆ เหล่านี้ รวมถึงทุกอย่างที่

เธอ ต้อง ผ่านในการเลี้ยงดูฉันและนำฉันมา
ถึงจุดนี้

อาร์เจกับแม่ของฉันคุยกันเป็นเวลานาน ฉัน
แน่ใจว่าเขาคงระบายความรู้สึกทั้งหมดของ
เขาให้เธอฟัง

แม่ของฉันบอกกับเขาว่า " ถ้าเธอต้องการจะ
พบวิกกี้ เธอจะต้องเริ่มเข้าร่วมพิธีทาง
ศาสนา "

แม่ของฉันยืนกรานว่าจะต้องทำทุกอย่างตาม
ความเข้าใจของเธอเกี่ยวกับพระคัมภีร์ สิ่ง
หนึ่งที่เธอเน้นย้ำกับเราคือห้ามมีเพศสัมพันธ์
ก่อนแต่งงาน และเธอต้องการให้อาร์เจเข้า
ร่วมพิธีด้วยความตั้งใจที่จะให้เขาเรียนรู้เกี่ยว
กับพระคัมภีร์ เพื่อที่เขาและฉันจะเข้าใจใน
แนวทางจิตวิญญาณเดียวกัน

วันอาทิตย์นั้น เรากำลังนั่งฟังการบรรยายอยู่
แล้วจู่ๆ ประตูก็เปิดออก ทุกคนหันมามองเพื่อดู
ว่าใครมาสาย ... อาร์เจ! เขานั่งตรงแถวที่นั่ง
ด้านหลังเรา ฉันรู้สึกว่าทุกคนจับตามองเรา

ตั้งแต่วินาทีที่เขานั่งลง อาร์เจ บราวน์ในพิธี
ทางศาสนา ... ลึกซึ้ง!

RJ ไม่สนใจหรือใส่ใจต่อสายตาที่ตกตะลึง
ของผู้คน หรือ ความคิดเห็นที่เพื่อนร่วมงาน
ของเขาพูดเกี่ยวกับการที่เขาไปร่วมพิธีทาง
ศาสนา เขากำลังทำภารกิจ และไม่มีอะไร
สำคัญไปกว่านั้น

ฉัน ไม่รู้ ว่าทุกอย่างจะเป็นอย่างไรหากฉัน
ยึดถือ แนวทางของแม่ ใน การจัดการ
สถานการณ์นี้ หากแม่รู้เรื่องนี้ตั้งแต่แรก พวก
มันก็คงจะได้รับการจัดการอย่างเหมาะสม

ไม่รู้ว่าจะเกิดอะไรขึ้น เพราะ ย้อนเวลา ไม่ ได้
เป็น เรื่องน่าทึ่งมากที่ฉันสามารถเห็นสิ่งต่างๆ
มากมายขนาดนี้เมื่อมองชีวิตของตัวเองอย่าง
ละเอียด ฉันเห็นข้อผิดพลาดและจุดต่างๆ ที่
" ถ้าสิ่งนี้เกิดขึ้น " หรือ " ถ้าสิ่งนั้นเกิดขึ้น "
สิ่งที่ป้องกันได้ และการตัดสินใจเพียงครั้ง
เดียวสามารถเปลี่ยนแปลงสิ่งต่างๆ ไปใน
ทิศทางที่ถูกต้องหรือผิดได้ การตัดสินใจเพียง

เล็กน้อยสามารถกำหนด อนาคตของ คน ๆ
หนึ่งได้

ฉันตัดสินใจไม่บอกแม่เกี่ยวกับ RJ เพราะกลัว
แม่ตัดสินใจส่งฉันไปอยู่กับยายเพื่อที่เธอจะได้
ไม่ ต้องอยู่คนเดียว การตัดสินใจผิดพลาด
เพียงครั้งเดียวสามารถทำลายล้างได้ เมื่อคุณ
อ่านสิ่งนี้ คุณจะเห็นการทำลายล้างที่เพิ่มขึ้น
ซึ่งอาจป้องกันได้หากมีการเลือกและตัดสินใจ
ที่แตกต่างออกไป

คุณต้องระมัดระวัง และบางครั้งเราอาจต้อง
แสวงหาความช่วยเหลือจากภายนอกเพื่อให้
ตัดสินใจได้อย่างชาญฉลาดมากขึ้น!

# บทที่ 12

## เกรดของฉัน

“ วิกกี้ ตื่นสิ ตื่นสิ! ” ครูคนหนึ่งของฉันพูดพร้อมกับเขย่าฉันเบาๆ

ฉันนอนหลับอย่างบ้าคลั่ง หัวของฉันนอนราบกับเดสก์ท็อป หลับสนิท ฉันอาจถึงขั้นกรนก็ได้ ใคร จะรู้

ฉันรู้ว่าเกรดของฉันเริ่มแย่ลง โรงเรียนได้พูดคุยกับแม่ของฉันและแสดงความกังวลเกี่ยวกับฉันและผลการเรียนของฉัน อย่างไรก็ตาม ฉันเพิ่งเรียนอยู่ชั้นปีที่ 4 และเหลือเวลาอีกเพียงไม่กี่เดือนก็จะสำเร็จการศึกษา

กิจกรรมต่างๆ ที่เกี่ยวข้องกับการแอบออกจากบ้านและไม่เปิดใจกับแม่เริ่มส่งผลกระทบต่อฉันมากขึ้น ฉันต้องผลักดันตัวเองให้หนักขึ้นเพื่อไม่ให้ มี ปัญหากับแม่และเพื่อให้แน่ใจว่าฉันจะสำเร็จการศึกษา

เมื่อเกรดของฉันตกต่ำ ฉันมั่นใจว่าแม่จะ
ระมัดระวัง ตื่นตัว และอยากรู้อยากเห็นมาก
ขึ้นเกี่ยวกับสิ่งที่เกิดขึ้นกับฉัน เธอคงคิดว่า
เกรดของฉันตกต่ำเพราะความเครียดจากสิ่งที่
เธอ เพิ่ง รู้มา

คืนหนึ่ง ฉันออกจากบ้านตอนเที่ยงคืน โดย
ซุกตัวอยู่ใต้วงแขนของ RJ ขณะ ที่เราจอดรถ
ทันทีที่ฉันเข้าไปใกล้เขา

ฉันไม่รู้เลยว่าเพื่อนบ้านฝั่งตรงข้ามถนนเห็น
RJ ขับรถมาและเห็นฉันออกไปกับเขา

ฉันกลับมาในเวลาปกติ คือประมาณตี 5 ไฟใน
บ้านดับหมดเหมือนปกติ ไม่มี อะไรแตกต่าง
ออกไป

ฉันเดินขึ้นบันได จับที่จับประตูระเบียง กดปุ่ม
เบาๆ เพื่อปลดล็อก เปิดประตูช้าๆ และย่อง
เข้าไปข้างใน ทันทีที่ล็อกประตูปิด แม่ของฉัน
ก็กระโดดออกมาจากด้านหลังระเบียงไม้!

" อี๋ยยย! "

ฉันเกือบหัวใจวายทันที   แม่ของฉันนั่งยองๆ
อยู่หลังระเบียงไม้หน้าบ้าน รอฉันอยู่! ฉันไม่รู้
ว่า จะ คิดยังไง

" เข้ามาในบ้านนี้สิ! "

ทันทีที่ฉันก้าวเข้าไปในบ้าน   ไฟทั้งหมดก็เปิด
ขึ้นอย่างเรียบร้อย

ทันทีที่ฉันก้าวข้ามธรณีประตู แม่ของฉัน ก็ใช้
มือ ต บ หน้า ฉัน!

" โอ้พระเจ้า " ฉัน ไม่ เชื่อเลยว่าเธอตบฉัน!

ผมอึ้งจนขยับตัวไม่ได้!

เธอไม่เคยแตะต้องฉันในลักษณะนี้มาก่อน
ฉันบอกได้ว่าการตบนั้นไม่ได้  เกิด  ขึ้นด้วย
แรงเต็มที่ของเธอ เพราะมันไม่ ทำให้ ฉันเจ็บ
ฉันรู้สึกตกใจมากกว่าเจ็บจากการตบเสียอีก!

ตอนนี้ฉันสูงกว่าเธอแล้ว ฉันยืนนิ่งพยายาม
คิดว่าสิ่งนี้เกิดขึ้นจริงหรือไม่ สมองของฉัน ยัง
ไม่ รับรู้ถึงมันจริงๆ

ความสับสนที่ฉันรู้สึกต้องชัดเจนมากสำหรับ
แม่ เพราะแม่เริ่มหัวเราะเมื่อเห็นฉันยืนและ
มองไปแบบนั้น

หลังจากแม่ของฉันเริ่มหัวเราะ ฉันก็หัวเราะ
ตาม และในที่สุดนิคกี้ก็หัวเราะตามด้วย

" โดโรธี ตีเด็กคนนั้นซะ! "

คุณย่า ไม่ เห็นว่าเรื่องนี้จะมีอารมณ์ขันเลย!
ยิ่งเราสามคนยืนหัวเราะกัน คุณย่าก็ยิ่งโกรธ
มากขึ้น

เราแทบจะลืมเหตุการณ์ที่เกิดขึ้นไปแล้ว และ
ยืนหัวเราะอยู่ตรงนั้นถึงความสับสนและตกใจ
ที่ปรากฏบนใบหน้าของฉัน!

# บทที่ 13

## จุดเปลี่ยน

หลังจากนั้น สิ่งต่างๆ เริ่มพลิกผันอย่างรวดเร็ว วิกฤต และเปลี่ยนแปลงชีวิตไปตลอดกาล RJ แวะมาหาฉันในคืนถัดมา และฉันต้องบอกข่าว นี้กับเขา

" แม่ของฉันจับได้ว่าฉันกลับเข้าบ้านตอนที่ คุณมาส่งฉันเมื่อคืนนี้ "

แน่นอนว่าเขาเสียใจมาก รู้สึกว่าจะ ไม่ ได้เจอ ฉันอีกแล้ว ถึงแม้ว่าเขาจะรู้สึกแบบนี้ แต่เขาก็ จะ ไม่ ห่างจากบ้านฉัน ฉันบอกแม่ไปแล้วว่า จะ ไม่ ออกไปข้างนอกแบบนั้นอีก และส่วน ใหญ่ก็ไม่ได้ทำแบบ นั้น แต่ฉันก็แอบออกจาก บ้านอีกครั้งเพื่อไปอยู่กับ RJ ที่สนาม

ดูเหมือนว่าคุณยายจะคอยตรวจสอบบริเวณ นอกหน้าต่างห้องนอนของฉันทุกวัน เพื่อดูว่า

มีรอยเท้าบนพื้นหรือไม่ วันหนึ่ง คุณยายก็พบ
สิ่งที่เธอกำลังมองหาพอดี ...

" โดโรธี วิกกี้ไม่อยู่บ้านอีกแล้ว ฉัน เห็น รอย
เท้าอยู่นอกหน้าต่างห้องนอนของเธอ "

" ฉัน กำลัง จะไปที่นั่น " แม่ของฉันพูดกับ
คุณย่า

ไม่ นาน หลังจากการสนทนานั้น แม่ของฉันก็
มาถึง บ้าน คุณ ยาย

" วิกกี้ คุณออกจากบ้านนี้อีกแล้วเหรอ? มีรอย
เท้าอยู่นอกหน้าต่างของคุณเหรอ? "

" ฉันไม่อยู่บ้าน แต่ด้วยเหตุผลอื่นนอกจาก RJ
ฉันจึงออกไปข้างนอกตอนกลางดึกเพื่อทิ้ง
ของบางอย่าง "

สิ่งที่น่าเศร้าก็คือ ฉันมีหลักฐาน ของที่ฉัน ทิ้ง
ไปยังอยู่ที่เดิม และฉันก็เอามันไปให้แม่ดู

" ไปหาต้นไม้ต้นนั้นแล้วเอาสวิตช์มาให้แม่
หน่อย " แม่พูดโดยไม่อยากฟังคำอธิบายของ
ฉัน นั่นคือคำสั่งของเธอ สรุป แล้วไม่มีเหตุผล

ฉันเดินดื้อรั้นออกไปเพื่อเอา " สวิตช์ " ให้เธอ
และเอามันกลับมา

" ตอนนี้ไปนอนขวางเตียงนั่นสิ! "

ฉันไม่เชื่อว่าสิ่งนี้จะเกิดขึ้น!

ฉันนอนตะแคงบนเตียงอย่างดื้อรั้น ขาทั้งสอง
ข้างห้อยลงมาเหมือนว่าฉันเป็นยักษ์ ฉันผอม
แต่สูง

พ่อของฉันสูง 6 ฟุต 9 นิ้ว เขาต้องก้มตัวเพื่อ
เดินผ่านประตูขนาดกลาง ฉันไม่มีทางเลือก
อื่นนอกจากต้องสูงเท่านี้ และฉันชอบแบบนั้น!

อย่างไรก็ตาม ฉันนอนอยู่ตรงนั้นและปล่อยให้
เธอได้ตีฉันอย่างเต็มที่ ทุกครั้งที่สวิตช์นั้น
สัมผัสที่ก้นของฉัน ฉัน จะ สะดุ้ง แต่ฉันจะ ไม่

หลั่งน้ำตา  ฉันโกรธและดื้อรั้นเกินกว่าจะ
ร้องไห้

หลังจากที่แม่เห็นว่าฉันปฏิเสธที่จะร้องไห้ '
ความอิ่ม ' ของเธอ ก็หมดลงอย่างรวดเร็ว ใน
วันนั้น  เธอสามารถเปิดสวิตช์นั้นได้จนกว่าวัว
จะกลับบ้าน และฉันก็ยังไม่ หลั่ง น้ำตา

" คุณเสร็จหรือยัง " ฉันพูดด้วยความโกรธ

ฉันวิ่งออกจากบ้านพร้อมกับน้องสาวตัวเล็กๆ
ของฉัน  ฉันวิ่งไปที่สนามหลังบ้านซึ่งเป็นที่ตั้ง
ของรางรถไฟ และเริ่มโวยวาย ฉีก เถา องุ่น
และขว้างถังขยะ  จาก นั้นฉันก็ยืนนิ่งอยู่ตรง
นั้น ร้องไห้และปล่อยน้ำตาแห่งความหงุดหงิด
ความโกรธ  และความเจ็บปวด  ฉันมองไปที่
น้องสาวตัวเล็กๆ  ของฉันที่ยืนมองฉันอยู่ตรง
นั้น และตะโกนด้วยน้ำเสียงที่เต็มไปด้วยความ
เสียใจว่า " อย่า เป็นเหมือนฉันเด็ดขาด ! "

ฉันพูดสิ่งนี้กับน้องสาวของฉันด้วยพลัง
ทั้งหมดที่มี

ฉัน ไม่ ชอบสิ่งที่เกิดขึ้นภายในตัวฉัน เมื่อมอง
ย้อนกลับไป ฉันมองเห็นว่าหัวใจของฉันกำลัง
ต่อสู้กับการรุกรานครั้งใหม่นี้ นั่น ก็คือ ความ
รัก ฉันต้องการใครสักคนมาช่วยเหลือ แต่ฉัน
ไม่เคยเปิดใจกับแม่เพื่อให้เธอมาช่วยเหลือฉัน
เลย

ฉันแอบไปรอบๆ แทนที่จะพูด และโดยไม่รู้ตัว
ฉันก็ผลักดันตัวเองให้โกรธและต่อต้านมาก
ขึ้น ไม่มีใครช่วยฉันได้ แต่ใครจะสามารถ
ช่วยฉันในสถานการณ์แบบนี้ได้อย่างไร ถ้า
พวกเขาไม่รู้ เรา ต้องบอกให้ใครสักคนรู้!

ฉันควรบอกแม่ว่าฉันหลงรัก RJ ตั้งแต่แรกแล้ว
ปล่อยให้แม่ช่วยฉัน ความเจ็บปวดมากมายใน
ชีวิตของเราอาจป้องกันได้...ทางเลือกสำคัญ!!!

ฉันยังคงพูดต่อไปว่าการเลือกกำหนดชีวิต
ของคุณ คุณ ไม่รู้หรอกว่า มัน จะลึกซึ้งแค่
ไหน ฉัน กำลัง ทุกข์ทรมานเพราะการเลือก
ของฉัน แม้แต่การเลือกที่เล็กน้อยที่สุด หรือ
ฉันควรพูดว่าการเลือกที่ดูเหมือนเล็กน้อย

"เล็กน้อย" เป็นคำที่ฉันไม่ควร ใช้ เมื่อพูดถึง
ชีวิตของฉันและการเลือกที่ฉัน ได้ ทำ

ฉันต้องการใครสักคนที่จะเปิดใจและช่วยฉัน
จัดการกับอารมณ์ที่ครอบงำเหล่านี้ที่ทำให้ฉัน
ร้องไห้ตลอดเวลาและทำให้ฉันรู้สึกบางอย่าง
ที่ฉัน ไม่ เคยรู้สึกมาก่อน นั่นเป็นเรื่องมากเกิน
ไปสำหรับเด็กสาวคนหนึ่งที่จะรับมือได้ด้วยตัว
เอง โดยเฉพาะเด็กสาวที่มีพื้นเพเดียวกับฉัน

ตอนนั้นฉันไม่ได้ คิด แบบนั้น ฉันแค่ทำตาม
ความรู้สึกและหัวใจของฉัน ความรู้สึกและ
หัวใจของคุณสามารถนำคุณเข้าสู่ชีวิตที่เจ็บ
ปวดได้อย่างง่ายดาย เมื่อฉันบอกน้องสาวว่า "
อย่า เป็น เหมือนฉัน " ในขณะนั้น ฉันเกลียด
คนที่ฉัน เป็น ฉันเกลียดตัวเอง

ตั้งแต่นั้นเป็นต้นมา ฉันคิดว่าฉันเริ่มไม่สนใจ
ตัวเอง ฉันไม่ ชอบ ตัวเองที่ จะ กลายเป็นแบบ
นี้ และแล้วฉันก็เริ่มไม่สนใจอีกเมื่อแม่บังคับ
ให้ฉันไปอยู่กับยาย

ฉันมองเห็นได้ชัดเจนว่าการกบฏเริ่มเกิดขึ้น
เมื่อใด ที่ไหน และทำไมหลังจากที่ฉันย้ายมา
ฉันยังจำได้ด้วยซ้ำว่าเคยขโมยของบางอย่าง
จากใครบางคนในโรงเรียน ฉันจำไม่ได้ว่า
มัน คืออะไรแน่ชัด แต่ฉันจำเหตุการณ์นั้นได้
อย่างชัดเจนมาก

ฉันจำเหตุการณ์นั้นได้ดีมาก เพราะนี่เป็นครั้ง
แรกและครั้งเดียวที่ฉันเห็นพ่อร้องไห้ แม่คง
โทรหาเขาและเล่าให้ฟังว่าเกิดอะไรขึ้น เขา
เดินเข้าไปในบ้านของยายราวกับยักษ์ตัว
จริง...

ฉันอยู่ในห้องน้ำ มองเข้าไปในกระจก ขณะที่
ประตูเปิดอยู่

" คุณทำมันเหรอ " น้ำตาค่อยๆ ไหลออกมา
จากดวงตาของเขา

ฉันจะไม่มีวันลืมช่วงเวลานั้น นั่นเป็นครั้งเดียว
ที่ฉันจำได้ว่าพ่อ ความรู้สึก แสดง ออก มา
จากใจถึงขนาดนั้น

ใช่ ฉัน เริ่ม ไม่สนใจ ต่อต้าน และเต็มไปด้วย
ความสับสนและโกรธเมื่อฉันถูกย้ายไปที่บ้าน
คุณยาย แน่นอน ว่าฉัน ไม่ ตระหนักถึง
อารมณ์เหล่านี้ในตอนนั้น ฉันพูดแบบนี้ก็
เพราะว่าฉันสามารถมองย้อนกลับไปในชีวิต
ของฉันและเห็นทุกรอยร้าวและรอยย่นที่ปู
ถนน และฉันสามารถเห็นได้ว่ามีสิ่งใดผิด
พลาด น่าเสียดายที่เราไม่มี สายตา แบบเดียว
กับที่เราเติบโตขึ้นมาเพื่อได้รับจาก
ประสบการณ์

เราจะได้เรียนรู้ภูมิปัญญาที่ป้องกันความผิด
พลาดได้ หากเราสังเกตประสบการณ์ชีวิต
ของผู้อื่น และ ใช้ข้อผิดพลาดของพวกเขา
เป็นแนวทางเพื่อรู้ว่าอะไรไม่ควรทำในชีวิต

ฉัน ไม่ ชอบตัวเอง ใน ตอนนี้ ฉันไม่ใช่เด็ก
น้อยที่ร่าเริงเหมือนเมื่อก่อน อีก ต่อไป ฉัน
รู้สึก ไม่ ดี ฉัน สูญ เสีย ความไว้วางใจจาก แม่
ไปโดยสิ้นเชิง

" คุณเริ่มมีเพศสัมพันธ์แล้วหรือยัง คุณท้อง
หรือเปล่า " นี่คือคำถามประเภทที่เธอเริ่มถาม
ฉัน

ทั้งหมดนี้เกิดขึ้นและไม่มีใครเห็นว่าฉัน
ต้องการความช่วยเหลือ ทำไม ไม่มี ใครช่วย
ฉันแทนที่จะเฆี่ยนตีฉัน ฉัน โกรธ มากเกี่ยว
กับเรื่องนี้

การเฆี่ยนตีฉันไม่ใช่ทางออก... เอาล่ะเพื่อนๆ!
ฉันหมายถึงว่าจริงๆ แล้ว การเฆี่ยนตีอาจได้
ผลกับเด็กอายุ 9 หรือ 10 ขวบ แต่พ่อแม่ต้อง
เข้าใจว่าสิ่งที่ได้ผลกับเด็กอายุ 10 ขวบนั้นจะ
ใช้ไม่ได้ผลกับเด็กอายุ 17 ปี โดยเฉพาะอย่าง
ยิ่งในสถานการณ์เช่นนี้ หากจัดการไม่ถูกต้อง
ทุกอย่างอาจเลวร้ายลงได้ เหมือนกับที่เกิดขึ้น
ในกรณีของฉัน

พ่อแม่ต้องจำไว้ว่าในช่วงนี้ของชีวิตวัยรุ่น สิ่ง
ต่างๆ จะ เริ่มเปลี่ยนแปลงไปทั้งร่างกายและ
จิตใจเมื่อเข้าสู่วัยผู้ใหญ่ ฉันคิดว่าพ่อแม่หลาย
คนคงมีความคิดว่าลูกของตนจะเป็นเด็กตลอด
ไป

# บทที่ 14

## แม่ของฉัน

แม่ของฉันทำหน้าที่ได้ดีมาก แม้ว่าแม่จะต้อง
ทำทุกอย่างด้วยตัวเองก็ตาม พ่อไม่อยู่บ้านกับ
ฉัน ไม่ว่าจะอยู่หรือไม่ก็ตาม พ่อไม่สนับสนุน
แม่ของฉันเลย

การเข้ามาพูดคำเดียวหรือสองคำเป็นครั้ง
คราวนั้นไม่เพียงพอ เธอต้องการมากกว่านั้น
ฉันไม่สามารถ บ่น แม้แต่น้อยเกี่ยวกับงานที่
แม่ทำกับฉัน ฉันรักแม่เพราะสิ่งนี้ เพียง แต่ว่า
ในเวลานี้ ฉันไม่ต้องการการเฆี่ยนตี ... อย่างที่
คุณเห็น มันไม่ได้ช่วยอะไร

เธอควรจะสามารถตรวจจับได้ว่ามีบางอย่าง
เกิดขึ้นกับฉันตั้งแต่เธอพาฉันมาบ้านคุณยาย
เกรดของ ฉัน เริ่มตกต่ำ ฉันมีทัศนคติต่อต้าน
เธอโดยเปล่าประโยชน์ ฉันร้องไห้โดยไม่มี
เหตุผล ... สัญญาณทั้งหมดอยู่ที่นั่น

เธอมีงานมากมายที่ต้องทำ เธอไม่สามารถ ให้
ความสนใจฉันได้เท่าที่ควร ไม่ต้องพูดถึง
ความจริงที่ว่าเธอแบ่งเวลาให้มากเกินไป การ
ดูแลลูกคนหนึ่งให้เป็นระเบียบ การดูแลให้
เกรดของพวกเขาอยู่ในระดับมาตรฐาน การ
ดูแลจิตวิญญาณ และอื่นๆ ถือว่าเพียงพอแล้ว
เธอไม่ได้ มี แค่คนเดียว เธอมีถึงสามคน!

สิ่งที่น่าแปลกก็คือแม่ของฉันมีเจตนาที่จริงใจ
และรู้สึกเห็นอกเห็นใจต่อสถานการณ์ของผู้
อื่น ( แม่ของเธอ) โดยไม่รู้ว่าสถานการณ์จะ
กดดันและเจ็บปวดเพียงใด ดูสิว่าสถานการณ์
จะพลิกผันอย่างไร ... เธอทำร้ายทั้งตัวเองและ
ลูกในขณะที่พยายามช่วยเหลือคนอื่น!

ฉันสืบทอดลักษณะนิสัยนี้มาจากเธอ นั่นคือ
การช่วยเหลือผู้อื่นและให้ความสำคัญกับผู้อื่น
ก่อนตนเองโดยไม่คำนึงถึงการทำร้ายตนเอง
เธอต้องเผชิญกับแรงกดดันทั้งสองด้าน

นี่ไม่ใช่สิ่งที่ฉันตระหนักรู้มาก่อน และฉัน
แน่ใจว่าแม่ของฉัน ก็ ไม่รู้เรื่องนี้เช่นกัน ตอน

นี้ฉันสามารถมองเห็นสิ่งต่างๆ มากมายเกี่ยว กับชีวิตของฉันและ ชีวิตของ แม่

การได้กลับมาใช้ชีวิตอีกครั้งผ่านมุมมองของ ผู้ใหญ่ (เพราะฉันไม่ใช่เด็กที่มีวิสัยทัศน์แคบๆ อีกต่อไป) ทำให้ฉันมองเห็นทุกสิ่งทุกอย่างที่ เกิดขึ้นในชีวิตได้อย่างชัดเจน

ในทุกๆ เรื่อง " ความเข้าใจ " ถือเป็นครึ่งหนึ่ง ของการต่อสู้ บางครั้งความเข้าใจก็ทำให้การ ต่อสู้นั้นสำเร็จลุล่วงไปได้ด้วยดี ฉันพูดจริงนะ ฉัน มี แต่สงครามภายในที่ดำเนินต่อไปเรื่อย ๆ นับตั้งแต่แม่ย้ายฉันออกจากบ้าน และตั้งแต่ นั้นเป็นต้นมา ทุกสิ่งทุกอย่างในชีวิตของฉัน ล้วนเพิ่มสงครามภายในตัวฉันเข้าไปด้วย ความเข้าใจเป็นสิ่งที่จำเป็นในทุก สถานการณ์!

แม่ของฉันจำเป็นต้องคุยกับฉัน ต้องนั่งลงและ ฟังฉัน ไม่ว่าฉันจะพูดอะไร แม่ก็ควรจะ ควบคุมตัวเองได้พอที่จะไม่พูดอะไรสักคำ แค่ ฟังก็พอ ประเด็นคือ แม่ต้องรู้ว่าฉันอยู่ที่ไหน ทั้งทางจิตใจและอารมณ์ คุณจะรู้ได้อย่างไร

ว่าคนอื่นอยู่ที่ไหนหากคุณไม่ฟังพวกเขาให้
จบ

เมื่อคุณฟังพวกเขาพูดจบ คุณจะเห็นว่าปัญหา
อยู่ที่ไหนและดำเนินการต่อไปจากตรงนั้น ฉัน
คิดว่าบางครั้งผู้คนอาจไม่ ต้องการ ฟังจริงๆ
เพราะพวกเขากลัวในสิ่งที่อาจได้ยิน รับมือกับ
ความเป็นจริงหรือรับมือกับความหายนะ ทาง
เลือกเป็นของคุณ!

# บทที่ 15

## การเคลื่อนไหวที่โง่เขลา

คุณยายต้องการให้ฉันออกจากบ้านของเธอ ดังนั้นอาร์เจจึงมารับฉัน ฉันตั้งใจแน่วแน่ที่จะออกจากบ้านของคุณยาย และ ไปอยู่กับอาร์เจ (เขาไม่มีที่อยู่เป็นของตัวเอง เขาอาศัยอยู่กับพ่อของเขา) ฉันคว้าเสื้อผ้าของฉันออกจากบ้านของคุณยาย แล้ว ยัดใส่รถของเขา

" พาฉันไป บ้าน แม่ ฉัน หน่อย "

" ตกลง! "

อาร์เจก็มีนิสัยดื้อต่อสถานการณ์เช่นเดียวกับฉัน เขากระตือรือร้นที่จะพาฉันออกจาก บ้าน คุณ ยาย

เมื่อเราไปถึงบ้านแม่ ฉัน รีบกระโดดออกจากบ้านแล้ววิ่งเข้าไปข้างใน ฉันยังคงจำสีหน้ากังวลของแม่ได้

" คุณจะไปไหน วิกกี้? "

" ฉัน จะ ไปอยู่กับ RJ " ฉันพูดในขณะที่รู้สึกดี
และเป็นอิสระมาก

" ดีและอิสระ " นั้น คงอยู่ได้ไม่นาน ด้วย
" ดวงตา " ที่ฉันมีในตอนนี้ ฉันเข้าใจแล้วว่า
สิ่งนี้คงทำให้แม่ของฉันเครียดไปอีกขั้น ฉัน
ไม่รู้เลยว่าการตัดสินใจโดยไม่คิดครั้งนี้จะมี
ผลกระทบต่อชีวิตของฉันและชีวิตของแม่มาก
เพียงใด และ ฉัน ก็ไม่เข้าใจด้วยว่าสิ่งนี้กดดัน
RJ มากเพียงใด

เขาเองก็เป็นเด็ก แม้ว่าในตอนนั้นฉันจะ
เคารพเขาและรู้สึกว่าเขาเป็นผู้ใหญ่มาก แต่
ความจริงก็คือเขายังไม่เป็นผู้ใหญ่พอที่จะรับ
ผิดชอบแทนฉัน

เขาต้องอยู่ในภาวะตื่นตระหนก พยายาม
ทำตัวเป็นผู้ชายแต่ไม่แสดงออกมา ถ้าฉันยังมี
สติสัมปชัญญะเหมือนเมื่อก่อนบ้างก็คงดี

ฉันไม่รู้มาก่อนว่าในตอนนี้ มีคนแนะนำ RJ ให้
รู้จักกับโคเคนผงแล้ว

ฉันอยู่ในช่วงสุดท้ายของปีสุดท้ายและ
พยายามอย่างหนักเพื่อจะจบการศึกษา เกรด
ของฉันเริ่มตกต่ำลงอย่างมาก แม่ของฉันมาที่
บ้านของ RJ เพื่อ คุยกับฉันเกี่ยวกับเกรดของ
ฉัน

" วิกกี้ ถ้าคุณไม่ ดึง เกรดของคุณขึ้น คุณจะ
เรียนไม่จบหรอก "

สิ่งต่างๆ เริ่มพลิกผันอย่างเลวร้าย อย่าง
รวดเร็ว ! การตัดสินใจผิดพลาดเพียงครั้งเดียว
อาจทำให้ชีวิตคุณและชีวิตของผู้อื่นพังทลาย
ได้ การเลือกควรได้รับการพิจารณาอย่าง
รอบคอบ และไม่ควรตัดสินใจอย่างเร่งรีบ ...
ห้ามเด็ดขาด! นอกจากความคิดนี้แล้ว ไม่ควร
ตัดสินใจโดยอาศัยแรงกระตุ้นทางอารมณ์ นี่
เป็นอันตรายถึงชีวิต ... ในกรณีของฉัน ร้าย
แรงจริงๆ!

การปรับตัวเข้ากับสภาพแวดล้อมใหม่นั้นแย่
มาก แต่ฉันรัก RJ ดังนั้นฉันจึงรับมือกับมันได้
ฉันจำไม่ได้ ว่า อะไรเกิดขึ้นก่อน แต่ฉันจำได้
ว่ารู้สึกเศร้ามากเกี่ยวกับสภาพแวดล้อมรอบ
ตัว สิ่งที่ดีก็คือ RJ ดูแลให้ฉันไปโรงเรียนทุก
วัน ฉันคิดว่าฉันเหลือเวลาอีกประมาณสามถึง
สี่สัปดาห์ก่อนจะสำเร็จการศึกษา

RJ อยากให้ฉันอยู่ที่บ้านตลอดเวลาในขณะที่
เขาเดินเตร่ไปตามถนน ฉันเบื่อกับการถูกขัง
อยู่ในบ้านนั้นแล้ว คืนหนึ่ง ฉันจึงตัดสินใจใส่
กางเกงขาสั้น เสื้อ และรองเท้าผ้าใบ แล้วออก
ไปวิ่งจ็อกกิ้งรอบทะเลสาบ ผ่านเมือง และกลับ
มาเพียงเพื่อสูดอากาศ แต่น่าเสียดายที่ฉันต้อง
วิ่งจ็อกกิ้งผ่านสถานที่ท่องเที่ยวแห่งหนึ่งและ
อีกหลายแห่ง อย่างไรก็ตาม ฉันวิ่งจ็อกกิ้งรอบ
ทะเลสาบ ผ่านสถานที่ท่องเที่ยว ผ่านเมือง
และมุ่งหน้ากลับ

ฉันผอมมาก ขาเรียวยาว และค่อนข้างเป็น
นักกีฬา อย่างไรก็ตาม ฉันวิ่งจ็อกกิ้งกลับบ้าน
อย่างสบายใจ ซึ่งหมายถึงต้องผ่านสถานที่
สังสรรค์ทั้งหมดไปแล้ว ขณะที่ฉันเดินผ่าน

สถานที่สังสรรค์แห่งหนึ่ง (ห้องเล่นพูล) ฉันก็
สังเกตเห็น RJ จากหางตา!

ฉันเห็นแววตาตกใจและสับสนของเขาและ
เห็นฉันวิ่งผ่านไป ดูเหมือนว่า RJ กำลังคุยกับ
ใครบางคน ... ทันทีที่เขาเห็นฉัน เขาก็หยุดสิ่ง
ที่เขากำลังพูดอยู่กลางประโยคและมองซ้ำ
สองครั้ง!

" นี่มันเรื่องอะไรกัน " เป็นแววตาที่ปรากฏขึ้น
บนใบหน้าของเขา ฉันรู้ว่าเขาต้องตกใจมาก
แน่ๆ เพราะฉันควรจะอยู่ในบ้าน ฉันวิ่งจ็อกกิ้ง
ผ่านไปโดยมองเขาด้วยความระมัดระวังจาก
หางตาโดยไม่หันหัวไปทางเขาเลย การมอง
เห็นรอบข้างในระดับสูงมาก!

ตอนที่ฉันเลี้ยวโค้งไปที่บ้านของเขา (ซึ่งหมาย
ถึงต้องวิ่งจ็อกกิ้งรอบทะเลสาบ) อาร์เจก็วิ่ง
ข้ามถนนมาเพื่อไล่ตามฉัน แม้ว่า ตอน นั้นฉัน
จะไร้เดียงสามาก แต่ฉันก็พอจะรู้ว่าจะเกิด
เรื่องร้ายแรงขึ้น

เป็นเวลา 22.30 น. และฉันกำลังวิ่งจ็อกกิ้งโดย
สวมกางเกงขาสั้น ในขณะที่เขาคิดว่าฉันอยู่
ในบ้าน ... ไฟไหม้!!!!

พอถึงจุดที่ต้นไม้บังก็รีบออกตัวด้วยความเร็ว
สูง! RJ ก็เช่นกัน!

ฉันวิ่งเหมือนกวาง! ถ้าฉันช้าลง ทุกอย่างก็จบ
ลง! ฉันรู้ว่าเขาจะตามฉันทัน ท้ายที่สุดแล้ว
เขาเล่นฟุตบอลและวิ่งได้ ดังนั้น ฉันจึงวิ่งให้
เต็มที่ที่สุดเท่าที่จะทำได้ ออกนอกถนน ขึ้นไป
บนสนามหญ้า และมุ่งตรงไปที่ทะเลสาบ ... ฟัง
นะ ฉัน ว่า ยน้ำ ไม่ เป็น !

เมื่อฉันไปถึงขอบน้ำ RJ ก็เข้ามาจับฉันไว้ และ
ฉันก็ล้มลงไปบนพื้น ร่างกายครึ่งหนึ่งจมอยู่
ในน้ำ อีกครึ่งหนึ่งจมอยู่ในหญ้า ฉัน แน่ใจ ว่า
เขาต้องสงสัยว่าสาวน้อยบ้าคนนี้กำลังจะไป
ไหน และทำไมเธอถึงวิ่งไปทางน้ำ?!?

บางทีเขาอาจจะจับฉันไว้เพื่อไม่ให้ฉันวิ่งลง
ไปในทะเลสาบนั้น ... ใครจะรู้ว่าเขากำลังคิด
อะไรอยู่

" ถ้าฉันหยุดหรือช้าลง ฉันก็เหมือนเนื้อตาย "
นั่นคือสิ่งที่ฉันกำลังคิดอยู่

"  ฉันจะแกล้งตายหรือจะรับมือกับความ
โกรธของเขา ... ฉัน จะ แกล้งตาย "

หลังจากที่ RJ เข้ามาจับตัวฉัน ฉันก็แกล้งทำ
เป็นหมดสติในขณะที่เขาพาฉันไปที่บ้าน

" วิกกี้ วิกกี้! "

เขาตื่นตระหนกและหวาดกลัวมาก  ฉันได้ยิน
ทุกคำที่เขาพูดด้วยความตื่นตระหนกและ
หวาดกลัว RJ คิดว่าเขา จะ ฆ่าฉันหรือทำให้
ฉันหมดสติ  ความกลัวประกอบกับความ
แข็งแกร่งตามธรรมชาติของเขาทำให้ RJ พา
ฉันกลับบ้านซึ่งไม่ ไกล จากทะเลสาบมากเกิน
ไป

ในที่สุด  RJ  ก็ถึงบ้านพร้อมกับฉันหลังจากที่
ฉัน เข้า ๆ ออกๆ จากอาการหมดสติ

" ที่รัก โปรดลืมตาของคุณหน่อย "

เขาวางฉันลงบนโซฟา พูดคุยกับฉัน และ
พยายามให้ฉันตื่นขึ้น... ฉันฟื้นคืนสติขึ้นมา
อย่างลึกลับ

หลังจากนั้น RJ ก็โกรธขึ้นมาด้วยเหตุผลต่างๆ
นานา เขา ไม่ เคยตีฉันเลย แต่เขา มี ท่าทางที่
บ่งบอกว่าเขาต้องการทำร้ายฉัน ฉันหมาย
ถึงว่ามันเป็นความโกรธที่บริสุทธิ์และรุนแรง
ทุกครั้งที่ฉันเห็นท่าทางนั้น ฉันจะวิ่งออกไป
ทันทีโดย ไม่ ถามอะไรเลย ... กวางและ
กระต่ายต้องอยู่ในสายเลือดของฉันหรืออะไร
ประมาณนั้น!

ฉันวิ่งหนีเพื่อช่วยชีวิตตัวเอง และฉันก็เริ่มวิ่ง
หนีและซ่อนตัวทางอารมณ์ เมื่อฉันย้ายไปอยู่
กับอาร์เจและพ่อของเขา อาร์เจก็เริ่มใจร้าย
กับฉันมาก ฉัน คิด ว่าเขาคงรู้สึกไม่พอใจที่
ความรับผิดชอบถูกบังคับมาให้เขา — ความ
รับผิดชอบที่เขาไม่รู้ว่าจะจัดการ กับ ฉัน
อย่างไร !

ใช่ เขารักฉันและรักฉัน แต่ความรักไม่ได้
เกี่ยวข้องกับน้ำหนัก แม้แต่คนที่เรารักก็อาจ
กลายเป็นคนแบบเดียวกับที่เราเริ่มรู้สึกไม่
พอใจเมื่อสิ่งต่างๆ ไม่ เป็น ไปตามที่เรา
ต้องการ

ฉัน กำลัง พูดเรื่องนี้และคิดหาเหตุผลอยู่
เพราะฉันมอง ไม่ เห็นเหตุผลอื่นใดอีกว่า
ทำไม RJ ถึงเริ่มทำตัวใจร้ายกับฉันขนาดนี้
ฉันเดาว่าฉันต้องจำไว้ว่าตอนนี้ RJ ได้รู้จักกับ
โคเคนผงแล้ว นี่คงเป็นปัจจัยสำคัญที่ทำให้
เขาอารมณ์แปรปรวนอย่างรุนแรงต่อฉัน
บางทีอาจเป็นเพราะสาเหตุทั้งหมดที่กล่าวมา

ในที่สุดวันที่ฉันต้องเรียนจบมัธยมปลายก็มา
ถึง ฉันอายุแค่สิบเจ็ดปีเท่านั้นและแทบจะเรียน
ไม่จบด้วยซ้ำ

ในช่วงเวลานี้ ชีวิตของฉันมีหลายสิ่งหลาย
อย่างที่ค่อยๆ หายไป มีสิ่งมากมายที่ถูกปิดกั้น

อาร์เจกำลังรออะไรบางอย่างหรือใครบางคน
อยู่ก่อนที่เราจะขับรถไปโรงเรียนมัธยม ฉันจำ

ไม่ได้ว่า เขา กำลังรอใครอยู่ ฉันรู้แค่ว่าเรา
เกือบจะไปถึงที่นั่นสายแล้ว เกรดของฉัน
ตกต่ำมาก นับเป็นปาฏิหาริย์ที่ฉันสำเร็จการ
ศึกษา

แม่ พ่อ และคุณย่าของฉัน อยู่ ที่นั่น ตอนที่เรา
โยนหมวกขึ้นไปในอากาศ ฉันไม่รู้สึก อะไร
เลย ฉันรู้สึกแย่มาก ฉันยังคงเห็นความเจ็บ
ปวดบนใบหน้าของแม่ ขณะ ที่เธอมองมาที่ฉัน

" วิกกี้ คุณอยากได้อะไรสำหรับงานรับ
ปริญญาของคุณ? "

ฉันตอบเธอไม่ได้ เพราะ ฉันรู้สึกแย่มาก

" อยากได้รถไว้ใช้ตอนเรียนจบมั้ย "

แต่ฉันก็ไม่สามารถตอบเธอได้เพราะความ
รู้สึกไม่มีความสุขและความต่ำต้อยในใจฉัน

ฉัน เงยหน้าขึ้นมองหน้าแม่ไม่ได้เลย แม่ รู้สึก
เจ็บปวดมาก เธอต้องทนทุกข์ทรมานเมื่อเห็น

วิญญาณที่แตกสลายของลูกคนแรก และ
ความเจ็บปวดในตัวฉันที่ต้องแสดงออกให้เห็น

เธอรู้ถึงความรู้สึกที่เธอมีต่อลูกคนแรกของเธอ
เพราะเธอ ใช้ ชีวิตแบบนี้กับพ่อของฉันจน
กระทั่งพวกเขาหย่าร้างกัน ฉันไม่สามารถ
สบตา กับเธอได้ เพราะฉันไม่มี ความ เข้มแข็ง
หรือจิตวิญญาณ คุณค่าในตัวเองและความ
นับถือตนเองของฉันเริ่มถูกเล่นงาน

พ่อของฉันโกรธมาก เขา ไม่ ยอม พูดอะไรสัก
คำ ถ้าเขา พูด อะไรออกไป คนทั้งสนามใน
โรงเรียนคงโกรธจนสลบเหมือดไปเลย นั่น
เป็น ความโกรธของเขา ทุกคนพยายามอย่าง
ยิ่งที่จะเก็บความรู้สึกทั้งหมดเอาไว้ภายใน
เพื่อไม่ให้ ฉัน อารมณ์เสียไปมากกว่านี้ นี่ควร
จะเป็นโอกาสที่น่ายินดี แต่กลับกลายเป็น
ความวุ่นวาย ความหงุดหงิด และความเจ็บ
ปวดมากมาย

" ฉันไม่รู้ว่าเรื่องนี้เกิดขึ้นได้ยังไง ฉันทำแบบ
นี้ได้อย่างไร... ทำไมฉันถึงทำแบบนี้ ไม่ใช่
แค่กับตัวฉันเองเท่านั้น แต่กับคนที่ฉันรักมาก

ที่สุดและคนที่รักฉันมากที่สุด... แม่ของฉัน
ด้วย ”

ฉัน ได้ ทำผิดพลาดอันเจ็บปวดบางอย่างซึ่งส่ง
ผลให้ตัวฉันเองและคนที่รักฉันเจ็บปวด

แม้ว่าทุกคนจะแตกสลายไปจากข้างใน แต่ฉัน
ก็ไม่สามารถออกไปจากสายตาของอาร์เจได้
พ่อของฉันดูเหมือนอยากจะเหวี่ยงอาร์เจไป
ที่ไหนสักแห่ง ฉัน ไม่ เคยเห็นเขาเป็นแบบนี้
มาก่อน แต่ไม่มีอะไรที่พวกเขาทำได้ เพราะนี่
คือการตัดสินใจของฉัน ฉัน รู้สึก ไม่มีความ
สุขและหัวใจของฉันถูกกักขังเอาไว้

วันนี้ควรเป็นวันที่ฉันกับพ่อแม่ฉลองกันอย่าง
ยิ่งใหญ่ แต่กลับไม่เป็น เช่น นั้น มันเป็นหนึ่ง
ในวันที่เลวร้ายที่สุดในชีวิตของฉัน อาร์เจเป็น
คนควบคุมทุกอย่าง และฉันเป็นเด็กสาวไร้
เดียงสา ที่ ปล่อยให้เขาทำ ครอบครัวของฉัน
ไม่สามารถทำอะไรได้เลยในตอนนี้

หลังจากการทำงานหนักและพลังงานที่เธอ ใส่
ให้กับฉันตลอดชีวิต   แม่ของฉันสมควรได้รับ
มากกว่านี้

# บทที่ 16

## หลังจากสำเร็จการศึกษา

ฉัน จบมัธยมปลายแล้ว...จะทำอย่างไรต่อไป⁈
?

ฉันต้องรีบหางานทำเพื่อจะได้ช่วยดูแล RJ
และฉัน ฉันเริ่มทำงาน เป็นแคชเชียร์ที่ร้าน
ขายของชำ Miller 's ซึ่งในขณะนั้นร้านขาย
ของชำ Miller's เป็นร้านขายของชำแห่งเดียว
ใน CC

ในช่วงเวลานี้ RJ รู้สึกกดดันที่จะต้องหาที่อยู่
ของตัวเอง แรงกดดันนี้ส่งผลให้ที่อยู่อาศัยไม่
มั่นคงในที่สุด ฉันเองก็เริ่มรู้สึกกดดันเช่นกัน

บางครั้ง การทำตามหัวใจอาจทำให้เจ็บปวด
หัวใจของฉันไม่ใช่สิ่งที่ควรทำ ฉันตกหลุมรัก
จนมองไม่เห็น ขยับตัวไม่ได้ (กลับบ้านเถอะ

แม่ ) หรือทำอะไรอย่างอื่นไม่ได้ ฉันถูกกักขัง
ด้วยอารมณ์ของตัวเอง...ไม่ดีเลย!

ท่ามกลางอารมณ์ ความกดดัน และการ
เปลี่ยนแปลงต่างๆ เหล่านี้ อาร์เจเริ่มสูบแคร็ก
ไม่ใช่แค่สูดผงยาอีกต่อไป เขา สูบแคร็ก...
อันตรายถึงชีวิต! ชีวิตของฉันเริ่มกลายเป็น
หมอกหนาทึบ เลือนลาง คนรักสมัยมัธยม
ปลายของฉัน คนที่ฉัน ตกหลุม รักและคอย
ดูแลฉันอย่างอ่อนโยนและเปี่ยมด้วยความรัก
ตอนนี้กลับใช้ยาเสพติด

เมื่อถึงจุดนี้ ฉันเริ่มจมดิ่งลงสู่การปฏิเสธมาก
ขึ้น การย้ายมาอยู่ บ้านคุณยายเป็น
ประสบการณ์ครั้งแรกของฉันกับการปฏิเสธ
(แม้ว่าฉันจะ ไม่รู้ ใน ตอนนั้น ฉันยังเด็กเกิน
ไปที่จะรู้ถึงความแตกต่าง) โดยธรรมชาติแล้ว
ฉันเป็นคนชอบอยู่คนเดียวและเงียบๆ ซึ่งยิ่ง
ทำให้ " เปลือก " ของตัวฉันถูกหล่อหลอมมา

ฉันเดาว่าจิตใจและหัวใจของฉันไม่อาจ รับมือ
กับความเป็นจริงที่เกิดขึ้นกับฉันได้เลย มัน ไม่
ยุติธรรมเลย!

อาร์เจเริ่มทำร้ายฉันอย่างโหดร้าย โดยลาก
ฉันไปทุกที่ในขณะที่เขาสูบแคร็ก อย่างที่ฉัน
บอก เขาไม่ยอมให้ฉันเห็นเขาเสพยา แต่ฉันก็
รู้ตัวดี เขาต้องการให้ฉันอยู่กับเขาเสมอ ไม่ใช่
ตอนที่เขาเสพยา แต่เขาไม่ยอม ปล่อย ให้ฉัน
ออกไปจากชีวิตเขา ไม่ว่าเขาจะตกต่ำแค่ไหน
เขาก็ยังต้องการให้ฉันอยู่ตรงนั้นเสมอ ... มัน
เหมือนกับว่าฉันเป็นผ้าห่มที่คอยปกป้องเขา
หรืออะไรทำนองนั้น

เราต้องออกจาก บ้านของพ่อของอาร์เจ พ่อ
ของเขาคงเกลียดที่ต้องให้พวกเราไป แต่เขา
ไม่เคยยุ่งเกี่ยวกับเรื่องของลูกชาย เลย ถึง
กระนั้น เราก็ต้องไป แค่คิดว่าฉันปล่อยให้
ผู้ชายคนนี้เอาเปรียบฉันก็เจ็บปวดแล้ว ฉันคิด
อะไรอยู่เนี่ย!

รายรับเดียวที่ RJ และฉันได้รับเป็น ประจำ คือ
เงินรายสัปดาห์เล็กๆ น้อยๆ ของฉัน ดังนั้น
ด้วยเงินจำนวนนั้น เราจึงย้ายเข้าไปอยู่ในโม
เทลในท้องถิ่น ฉันเริ่มใช้ชีวิตราวกับว่าตัวเอง
เป็นผู้ติดยาจริงๆ ฉันไม่ได้ ใช้ ยา - เขา ใช้!

อย่างไรก็ตาม ฉันพบว่าตัวเองนอนในสถานที่
ที่เหมือนกับผู้ติดยา ราวกับว่าฉันไม่มีที่ไป
เพียงเพราะฉันรัก RJ สิ่งนั้นดูบ้ามากสำหรับ
ฉันตอนนี้!

ได้โปรดเถอะ โลกนี้ไม่ได้มีความรักมากมาย
ขนาดนั้น ถ้าใครสักคนอยากจะทิ้งชีวิตของ
ตัวเองไป เขาก็ไม่ควร ลาก ใคร ลงไปด้วย ใน
ทางกลับกัน คนที่ " ไม่ " ใช้ก็ควรต้องโทษ
เช่นกัน เพราะพวกเขาปล่อยให้ตัวเองใช้ชีวิต
แบบนั้น มันไม่ใช่ ว่า RJ เอาปืนมาจ่อหัวฉัน
นะ!

มัน เป็น ความผิด ของ คนคนนั้นเท่าๆ กัน ถ้า
ไม่มากกว่านั้น คนคนนั้นจะไม่ทำอะไรคุณ
มากกว่าที่คุณยอมให้เขาทำ บางครั้ง หรือ
ส่วนใหญ่ เราปล่อยให้คนอื่นลากเราลงไปกับ
โคลน โดยไม่รู้ด้วยซ้ำว่า เกิดอะไรขึ้นจริงๆ
สิ่ง ที่ เกิด ขึ้นจริงๆ คือเราปล่อยให้คนอื่นมา
ทำลายเรา

เหตุผลหลักที่เราปล่อยให้สิ่งนี้เกิดขึ้นและไม่ยอม หยุดก็คือ เรารักบุคคลนี้และไม่ ต้องการทำให้เขาเจ็บปวดหรือผิดหวัง

" แล้วเราล่ะ แล้วฉันล่ะ "

ฉันเจ็บปวดในขณะที่พยายามรัก RJ และเสียใจในขณะที่พยายามทำให้แน่ใจว่าเขาจะไม่ โกรธ ชีวิตของฉันมีความหมาย แต่ความรักที่ฉันมีต่อ RJ ทำให้ฉันมองไม่เห็นอะไรจนถึงจุดที่ฉันไม่ ใส่ใจ ตัวเองจริงๆ แม้แต่ในช่วงนี้ของชีวิต ฉันก็ยังมองเห็นว่าตัวเองมีลักษณะนิสัยแบบเดียวกับแม่ของฉัน นั่น คือการเอาใจใส่และรักคนอื่นโดยไม่สนใจว่าตัวเองจะทำร้ายตัวเอง ไม่ใช่ มัน ไม่ ควรเป็นแบบนี้ ที่ไหน สักแห่งในนั้น ฉันต้องคิดถึงตัวเอง!

ฉันสามารถเขียนเรื่องเหล่านี้ได้เพียงเพราะประสบการณ์ของฉัน ในช่วงที่ฉันใช้ชีวิตในส่วนนี้ ฉันถูกชี้นำและควบคุมโดยอารมณ์ของฉันเอง หากคุณปล่อยให้อารมณ์เข้ามาควบคุมชีวิตของคุณ คุณก็จะต้องตกอยู่ใน

สภาพ ที่ " ไร้จุดหมาย " อย่างรวดเร็ว! อารมณ์เป็นสิ่งที่ดี แต่สิ่งที่จะทำให้คุณก้าวเดินต่อไปได้คือการใช้ประสาทสัมผัส

ฉันอยากจะตำหนิตัวเองที่โง่เขลามาก ความไม่รู้ฆ่าคนได้!

แม้ว่าฉันจะอยากตำหนิตัวเอง แต่ก็ไม่สามารถหา เหตุผลมาอธิบายได้ คุณจะตำหนิคนอื่นหรือตำหนิตัวเองในสิ่งที่คุณไม่รู้ ได้ อย่างไร

ฉันทำงานหนักมากเพื่อให้เราอยู่รอดได้ ใช่แล้ว RJ ทำงาน และเขาก็เป็นคนทำงานที่ดี แต่เขาใช้เงินเดือนของตัวเองไปอย่างฟุ่มเฟือยเพราะใช้ยาเสพติด ชีวิตของฉันยิ่งจมดิ่งลงไปเรื่อยๆ จนแทบจะ มอง ไม่ เห็น ว่าเกิดอะไรขึ้นจริงๆ RJ มักจะจากไป บางครั้งไม่กลับมาจนกระทั่งตี 4 หรือตี 5

แม้ว่าทั้งหมดนี้จะเกิดขึ้น ฉันก็ยังไม่เคยเห็นอาร์เจใช้ยาเสพติดเลย ทันทีที่ฉันรู้สึกตัวและรู้ว่าอาร์เจใช้ยาเสพติด ฉันควรจะออกไปจากที่นั่น

# บทที่ 17

## รถตู้ทำงาน

ในที่สุดเราก็ต้องย้ายออกจากโมเทล เมื่อใด
ก็ตามที่มีนักท่องเที่ยวจากต่างเมืองมาเยี่ยม
ชมสถานที่ท่องเที่ยวสำคัญในซีแอตเทิล พวก
เขาจะใช้บริการต้อนรับทุกประเภทที่มีให้ ซึ่ง
หมายความว่าเราต้องย้ายออกไป

RJ พาฉันไปที่บ้านแม่ของเขา ใน เซบียา ซึ่ง
อยู่ห่างจากซีซีไปทางใต้ประมาณ 15 นาที
ไม่มีที่ว่างให้เราเลย แต่ แม่ก็ให้เราพัก ฉันจำ
ไม่ได้ ว่า เรานอนที่ไหน จริงๆ แล้ว ฉัน จำ ไม่
ได้เลยว่าได้นอนที่ไหน

เราพักอยู่ที่บ้านแม่ของเขา ได้ไม่ นาน ใน
ที่สุดแม่ก็บอกเราว่าเราต้องจากไป เนื่องจาก
เราไม่มีที่ไป เราจึงต้องนอนในรถตู้ที่ทำงาน
แม่ของเขาเป็นเจ้าของรถตู้ที่ใช้รับส่งคนงาน
ในไร่ไปกลับที่ทำงาน รถตู้คันนี้มีที่นั่งด้าน
หน้าเพียงสองที่ หนึ่ง สำหรับคนขับและอีกที่

สำหรับผู้โดยสาร ส่วนที่เหลือของรถตู้เป็นโครงเปล่า คนงานในไร่นั่งบนลังสีส้มแทนที่จะเป็นเบาะนั่งแบบมีเบาะ รถตู้เหล่านี้ว่างเปล่าเพราะบางครั้งต้องบรรทุกเฟิร์นจากไร่ขึ้นไปบนนั้น

เรามีผ้าห่ม ผ้านวม และหมอนไว้ใช้นอนขณะที่เราอยู่ในรถตู้คันนั้นในช่วงฤดูหนาว เหมือนเช่นเคย เขาบังคับให้ฉันไปกับเขา! ฮึม … และฉันก็เชื่อฟังเหมือนลูกสุนัขที่หลงทาง เมื่อเขาล้มลงต่ำลงสู่พื้น ฉันก็ไปกับเขาด้วย มันเป็น เรื่องน่าเศร้ามาก

รถตู้คันนั้นเย็นโคตรเลย!

RJ วางผ้าห่มและผ้าห่มลงบนพื้นเพื่อให้เหล็กเย็นลงและดึงฉันเข้ามาใกล้เขา ฉันจำไม่ได้ว่า ฉันพูดอะไรไป บางทีฉันอาจจะแสดงออกว่าฉันหนาวหรือว่าฉันไม่ อยาก อยู่ในรถตู้คันนั้น ไม่ว่าฉันจะพูดอะไรก็ตาม ทำให้ RJ ระเบิดอารมณ์โกรธอย่างรุนแรง!

“ หยุดนะ! อาร์เจ หยุดนะ! ”

เด็กคนนั้นไม่หยุดตีฉันเพราะเรื่องใดๆ ทั้งสิ้น
สิ่งเดียวที่ฉันทำได้และรู้ว่าต้องทำอย่างไรคือ
ร้องไห้ ฉันก้มหน้าลง อ้อนวอน กรีดร้อง
ร้องไห้ และขอให้อาร์เจหยุด! ฉันพยายาม
ผลักเขาออกจากตัวฉันอย่างไม่ลืมหูลืมตาและ
อ่อนแรง รถตู้โยกเยกเพราะการแย่งชิงกัน

' ทำไมเรื่องแบบนี้ต้องเกิดขึ้นกับฉันด้วย ฉัน
ไม่ได้ ทำ อะไรเลย! '

' ฉันทำอะไรผิดในชีวิตถึงต้องมาถูกปฏิบัติ
เช่นนี้ ฉันไม่ เข้าใจ ! '

ฉันรู้ว่าสิ่งที่ฉันทำมันผิดมาก — ฉันเกิดมา!

แม่ของฉันยังคงพยายามทำให้ฉันมีสมาธิทาง
จิตวิญญาณ

" วิกกี้ คุณนอนในรถตู้คันนั้นเหรอ? "

คงมีคนบอกแม่ฉันว่าฉันนอนอยู่ในรถตู้ จนแม่
ถึงได้ถามฉันเรื่องนี้ในเช้าวันรุ่งขึ้น

169

ฉันโกหก " ไม่ "

ฉัน ไม่ สามารถ บอกความจริงกับแม่ได้!

ฉันรู้ว่าเธอเห็นความจริงจากไหล่ที่ห่อและ
ศีรษะที่ก้มต่ำของฉัน  ฉันไม่สามารถ  พูด
ความจริงกับเธอเกี่ยวกับเรื่องแบบนี้ได้  ฉัน
เศร้ามาก

คุณรู้ไหม  ฉันหาข้อแก้ตัวเพื่อรักษาความรักที่
ฉันมีต่อเขา  ข้อแก้ตัวที่ฉันมักจะอ้างก็เช่น '
ยาเสพติดทำให้เขารุนแรงและใจร้าย เขามีวัย
เด็กที่ไม่ ยุติธรรม และเขาสมควรได้รับโอกาส
ที่จะพบกับความสุขที่แท้จริง '

บางครั้งเราเริ่มรู้สึกว่าเรามีคุณสมบัติที่จำเป็น
ในการช่วยชีวิตคนๆ หนึ่ง  หรือเราหาข้อ
แก้ตัวให้กับพวกเขา  ความคิดประเภทนี้อาจ
ห่างไกลจากความจริง  โดยเฉพาะอย่างยิ่ง
หากบุคคลนั้นไม่ต้องการได้รับการช่วยเหลือ!

การพยายามช่วยเหลือคนที่ไม่ต้องการความ
ช่วยเหลือจะทำลายคุณ และ ตัวบุคคลนั้นด้วย!

ปัญหาเช่นนี้ต้องได้รับการยอมรับจากบุคคล
นั้นก่อน จากนั้นจึงต้องขุดรากถอนโคนออก
จากใจเพื่อให้บุคคลนั้นเริ่มจัดการและเลิก
นิสัยที่ไม่ดีได้

ฉันไม่สามารถ ยอมรับ อะไรแทนใครได้ ฉัน
ไม่สามารถ ดึง อะไรออกมาจากใจของคนอื่น
ออก มาสู่ภายนอกได้ และฉันไม่สามารถ "
จัดการ " กับ ปัญหา ทางจิตใจและอารมณ์
ของคนอื่นได้ คุณก็ทำไม่ได้เช่นกัน! ชีวิตของ
ฉันคงสิ้นสุดลง และชีวิตใหม่จะเข้ามาแทนที่
ชีวิตของฉัน แต่ปัญหาที่บุคคลนั้นมีอยู่จะยัง
คงอยู่!

บางครั้งมัน ก็ ชัดเจนว่าทำไมผู้คนถึงเป็นแบบ
นั้น และการเข้าใจสิ่งต่างๆ ที่หล่อหลอมพวก
เขาให้กลายเป็นปัจเจกบุคคลนั้น อาจ ช่วยให้
กระจ่างแจ้งขึ้นได้ ในกรณีของเขา มันชัดเจน
ว่าทำไมเขาถึงเป็นแบบนั้น และในไม่ช้าฉัน
เองก็จะถูกหล่อหลอมให้เป็นบุคคลที่แตกต่าง
ไปจากเดิมอย่างสิ้นเชิงเช่นกัน

คนส่วนใหญ่ได้รับผลกระทบจากเหตุการณ์
สำคัญบางอย่างที่ทำให้พวกเขาแสดง
พฤติกรรมที่ขัดกับปกติ บางคนได้รับผลกระ
ทบอย่างรุนแรงจนกลายเป็นคนละคนไปเลย
ขึ้นอยู่กับอายุที่เหตุการณ์เหล่านี้เกิดขึ้น
เหตุการณ์เหล่านี้จะกำหนดว่าเด็กหรือบุคคล
นั้นจะเป็นอย่างไร

ทุกคนล้วนตกเป็นเหยื่อของความเจ็บปวดและ
ความเจ็บช้ำ ถึงแม้ว่าผู้คนจะรับมือกับความ
เจ็บปวดและความเจ็บช้ำในรูปแบบที่แตกต่าง
กันไป — บางรูปแบบรุนแรงกว่ารูปแบบอื่น
— แต่ก็ไม่ได้หมายความว่าทุกคนล้วนเคย
เผชิญกับสถานการณ์ที่เจ็บปวดในรูปแบบใด
รูปแบบหนึ่ง

ผู้คนจำนวนมากบนโลกนี้ต่างถามตัวเองว่า
" ทำไมต้องเป็นฉัน " เหตุผลที่เราถามคำถาม
นี้ก็คือมี " เรื่อง " ที่ไม่ยุติธรรมบางอย่าง เกิด
ขึ้นกับเรา ซึ่งเรารู้สึกว่าเราไม่ สมควร ได้รับ
เราทุกคนล้วนเป็นเหยื่อของบางสิ่งบางอย่าง
เราเจ็บปวด เรารู้สึก เราตั้งคำถาม และเราไม่

เข้าใจ คำถามที่แท้จริงก็คือ เมื่อคุณ กลาย
เป็นเหยื่อแล้ว คุณจะทำอย่างไร คุณจัดการ
กับมันอย่างไร

มีหลายครั้งที่เราเห็นใครสักคนกำลังทำลาย
ตัวเอง และเราก็รู้สึกอยากจะช่วยเหลือคนๆ
นั้นมาก บางที ก็ถึงขั้นทำร้ายตัวเองเลยด้วย
ซ้ำ ในช่วงเวลานี้ เราต้องเรียนรู้ที่จะปล่อยวาง
การปล่อยวางคนอื่นเป็นเรื่องที่เจ็บปวด โดย
เฉพาะเมื่อคุณเชื่อว่าคุณรู้ว่าผลลัพธ์สุดท้าย
จะเป็นอย่างไร

เมื่อมีคนๆ นี้อยู่ในใจเรา การจะปล่อยวางมันก็
ยิ่งเจ็บปวดมากขึ้น แต่เราต้องเรียนรู้ที่จะใส่ใจ
ตัวเองให้มากพอ ฉันเลิกสนใจตัวเองเมื่อ
หลายปีก่อน และทุ่มเทพลังทั้งหมดไปกับการ
ดูแลและรักคนอื่น ฉันเดาว่า คง มีความเจ็บ
ปวดและความทรมานมากมายในชีวิตฉัน จน
รู้สึกว่าไม่มีอะไรเกี่ยวกับฉันให้ใส่ใจเลย

ฉันไม่สนใจตัวเองอีกต่อไปแล้ว มีอะไรให้ต้อง
สนใจอีก? ใครอยากจะแบก ศพ ที่ เต็มไปด้วย
ความเจ็บปวดต่อไป? นั่นคือสิ่งที่มัน เป็น

สำหรับฉัน ฉันให้ทุกคนมาก่อนฉัน ฉัน ทำ
แบบ นั้น ไม่ ได้ อีกแล้ว

# บทที่ 18

## รอคอยและสงสัย

ฉันต้องเดินทางไปกับอาร์เจจากเมืองหนึ่งไป
อีกเมืองหนึ่ง ครั้งหนึ่ง เขาไปทิ้งฉันไว้ที่บ้าน
ของหญิงชราคนหนึ่ง ตอน นั้นเรายังอยู่ในเซ
บียา

" ฉัน จะ กลับมา " อาร์เจพูดเมื่อเขาทิ้งฉันไว้
ที่ บ้านของ ผู้หญิง คนนี้

ฉันนั่งรออยู่ที่ระเบียงนั้น รอคอยและรอคอย
ในที่สุด เมื่อพลบค่ำลง อุณหภูมิก็ลดลง และ
ฉันยังคงนั่งอยู่ตรงนั้นเหมือนเด็กอายุสองขวบ
ที่รอแม่กลับมา

" วิกกี้ เข้ามาข้างในแล้วรอเขาในความอบอุ่น
" หญิงสาวเสนอ

น่าจะเป็นตีหนึ่งหรือตีสองเมื่อเจ้าของบ้าน
บอกให้ฉันเข้าไปข้างใน เขาไม่กลับมารับฉัน

คืนนั้น ฉันเผลอหลับไปขณะนั่งอยู่บนเก้าอี้
ของผู้หญิงคนนั้น ฉัน เอาหัวพิงที่วางแขน
ของเก้าอี้และจำไม่ได้ ว่าตื่นมาตอนเช้า

ฉัน มั่นใจ ว่าแม่ของฉันรู้เรื่องเหล่านี้ทั้งหมด
จริงๆ แล้ว เวลาจะพิสูจน์ให้ฉันเห็นว่าแม่รู้ทุก
อย่าง ฉันพยายามอยู่ห่างจากแม่ พี่ชาย และ
น้องสาว โดย เฉพาะ แม่ เพราะฉันไม่ อยาก
ให้แม่เห็นฉันอยู่ในสภาพนี้

จิตใจของฉันแตกสลายมาก เมื่อมองย้อนกลับ
ไป ก็เป็นภาพที่น่าสมเพชที่ได้เห็น ฉันหวังว่า
จะย้อนเวลากลับไปช่วยเด็กสาวคนนั้นได้ แต่
ฉันทำ ไม่ ได้ เพราะความเสียหายเกิดขึ้นแล้ว
และเวลาไม่เคยเดินย้อนกลับ ฉันย้อนเวลา
กลับ ไปช่วยเธอไม่ได้ แต่ใจของฉันจะเจ็บ
ปวดเสมอสำหรับเด็กสาวคนนั้น

" วิกกี้ ฉันเห็นความรักที่คุณกับอาร์เจมีต่อกัน
แต่ถ้าคุณทั้งสองไม่ หยุด สิ่งที่คุณกำลังทำอยู่
คุณจะสูญเสียความรักนั้นไป "

ฉันยังจำคำพูดของแม่ได้  แม่สงสัยเรื่องการ
แต่งงาน  มันเป็นเรื่องที่กังวลมาตั้งแต่แรกแล้ว
การมีเซ็กส์นอกสมรสถือเป็น เรื่อง ต้อง ห้าม

เธอถามบ่อยครั้งว่าเมื่อไหร่ RJ และฉันจะมีลูก
และนี่ก็เป็นช่วงก่อนที่ความรุนแรงทั้งหมดจะ
เกิดขึ้น เธอไม่รู้ว่า เกิด อะไรขึ้น และฉันก็ ไม่
ให้เบาะแสกับเธอเลย  นี่เป็นช่วงก่อนที่เธอจะรู้
ว่า RJ ปฏิบัติกับฉันอย่างไร

เราอาจจะเป็นคู่รักที่สวยงามที่เติบโตมาด้วย
กันได้ — ฮึ่ม! ยาเสพติดผิดกฎหมายและความ
รุนแรงทำให้เรื่องนี้ยุติลงได้ในทันที!

ไม่มีใครรู้ว่าเด็กสาวคนนี้เจ็บปวดขนาดไหน
ไม่มีใครรู้  ฉันพยายามทำสิ่งที่ถูกต้องเพื่อช่วย
เหลือและปกป้องทุกคน  ฉันคิดว่าฉันกำลัง
ปกป้องแม่ของฉันด้วยการไม่เข้ามาใกล้  ฉัน
ไม่รู้เลยว่าสิ่งที่ฉันคิดว่าเป็นการ " ปกป้อง "
เธอจริงๆ  แล้วกำลังฆ่าเธอ  เมื่อเราคิดว่าเรา
กำลังช่วยเหลือสถานการณ์บางอย่าง บางครั้ง
เรากลับทำร้ายมัน  ฉันเข้าใจตอนนี้  แต่ตอน

นั้นฉันตาบอดเหมือนค้างคาว ฉันแค่ต้องการ
ให้ RJ หยุด

ระหว่างนั้น แม่ของฉันเริ่มมีปัญหากับการ
แต่งงานของเธอ ฉันสับสนมากจนไม่ทัน
สังเกต เห็นในตอนแรก อย่างไรก็ตาม ฉันเพิ่ง
รู้ตัวในไม่ช้าเมื่อเธอออกจากบ้านและย้ายไป
อยู่ที่ใหม่

ทั้งแม่และฉันกำลังเผชิญกับการเปลี่ยนแปลง
ในเวลาเดียวกัน ฉันมีมุมมองหนึ่งกับอาร์เจ
ส่วนแม่ก็มีมุมมองอีกมุมหนึ่ง

" แม่ขอโทษจริงๆ แม่ ขอโทษ ที่ทุกอย่างต้อง
เกิดขึ้นแบบนี้ แม่จะใช้ชีวิตต่อไปได้ยังไงกับ
ความเจ็บปวดในอดีตและการสูญเสียคนที่แม่
รักมากกว่าใครในโลกนี้ "

หลายๆ อย่างเริ่มเกิดขึ้นแบบต่อเนื่องกัน: อาร์
เจเสพยา ทำร้ายฉัน ต่อต้านฉัน แม่ของฉัน
แยกทางกับสามีของเธอ ฉันอยู่ในความสับสน
วุ่นวาย ชีวิตของฉันดูเหมือนหมอกหนาทึบ

ฉันรู้สึกเหนื่อยมาก ไม่มีความสุข และแตก
สลายภายใน

แม้ว่าฉันจะพยายามอยู่ห่างจากแม่ แต่ในคืน
หนึ่ง ฉันกับอาร์เจไม่มี ที่ ไป เราจึงไปที่ บ้าน
แม่ ซึ่ง เป็นที่อยู่ใหม่ ของ แม่ เนื่องจากเรา ไม่
ได้แต่งงานกัน ฉันจึง จะ ไม่แสดงความไม่
เคารพแม่ด้วยการนอนในบ้านของแม่ เรานั่ง
คุยกันในรถจนกระทั่งหนึ่งในพวกเราตัดสิน
ใจเข้าไปข้างใน

เรากำลังนั่งอยู่ในรถของแม่ ที่ สนามหญ้า
หน้าบ้านและกำลังคุยกัน อยู่ คืนนั้นเราพักที่
บ้านแม่ แต่เนื่องจากเราไม่ได้ แต่งงาน กัน
ฉันจึง จะ ไม่แสดงความไม่เคารพต่อแม่ด้วย
การให้เรานอนในบ้านทั้งคู่ เรามีกำหนดจะไป
ตรวจเลือดเพื่อขอใบอนุญาตสมรส

ขณะที่นั่งอยู่ในรถ ฉันกับอาร์เจสังเกตเห็น
ใครบางคนแอบอยู่รอบๆ บ้านแม่ของฉัน ใน
ความมืด ฉันแทบไม่ เชื่อ ในสิ่งที่เห็น และไม่
เข้าใจว่าทำไมคนๆ นี้ ซึ่ง ภายหลังฉันเพิ่งรู้ว่า
เป็นผู้หญิง ถึง แอบเข้ามาที่หน้าต่างห้องนอน

179

ของแม่ฉัน อา ร์เจลงจากรถและทำให้ผู้หญิง
คนนั้นตกใจกลัว เขาแกล้งทำเป็นไม่สนใจ
และสุดท้ายพวกเขาก็แยกทางกันอย่างสงบ

" นั่น เอ สเตลลา เธอกำลังแอบอยู่ที่หน้าต่าง
บ้านแม่ของคุณ เพราะว่า แฟนเก่าของเธอ
กำลังคบกับแม่ของคุณอยู่ "

" คุณโกหก " ฉันพูด

หลังจากที่ RJ พาฉันเข้าไปดูด้วยตัวเอง ฉัน
พบว่าสิ่งที่เขา บอก ฉันเป็นเรื่องจริง แม้ว่าแม่
ของฉันจะยังแต่งงานอยู่ แต่เธอก็มีแฟนแล้ว
เธอ เลี้ยงดู ฉันมาแตกต่างไปจากสิ่งที่ฉันเห็น
ในคืนนั้น

" ฉัน จะ กลับไปที่รถ " ฉันพูด

ฉันรู้สึกสับสนและต้องการเวลาคิดด้วยตัวเอง
ฉันเดาว่า RJ รับรู้ได้และไม่ ได้ ทำให้ฉัน
ลำบากใจเลย การอยู่ในรถคนเดียวมัน
สมบูรณ์แบบมาก ฉันนอนในรถคืนนั้น รู้สึก

ผิดกับสิ่งที่ เห็น และสับสนกับชีวิตของตัวเอง
โดยสิ้นเชิง

เช้าวันรุ่งขึ้น อาร์เจ ก็วิ่งออกจากบ้านด้วย
ความตื่นตระหนก

" แม่ของคุณหัวเราะทั้งคืนและไม่ หยุด เลย! "

ฉันวิ่งข้ามถนนไปบอกคุณย่าซึ่งอยู่ตรงข้าม
กับ บ้านใหม่ของ แม่ ฉัน

" คุณย่า แม่ของฉันอยู่ในบ้านหัวเราะมาทั้ง
คืนแล้ว! "

คุณย่าโทรหาป้า (น้องสาวแม่) และลุงของฉัน
ทันที ถ้า คุณหัวเราะจนท้องแข็งเป็นเวลานาน
ท้องของคุณจะเริ่มเจ็บ ลองจินตนาการว่าคุณ
จะหัวเราะตลอดทั้งคืน

ฉัน จำลำดับเหตุการณ์ทั้งหมดไม่ได้แน่ชัด
เพราะทุกอย่างเกิดขึ้นเร็วมาก แต่ที่จำได้คือ
ลุงของฉันพยายามจะพาแม่ข้ามไหล่ของ เขา

เขาอุ้มเธอขึ้นแล้วพาเธอข้ามถนนไปที่บ้าน
คุณยาย RJ บังเอิญยืนอยู่ตรงนั้นตอนที่ลุง
ของฉันเดินผ่านเขาเพื่อพาแม่ของฉันเข้าไป
ข้างใน

ขณะที่ลุงของฉันเดินผ่าน RJ พร้อมกับแม่ของ
ฉันที่ไหล่ของเขา เธอก็โจมตีเขาด้วยท่าทาง
เหมือนแมว เธอจ้องมองเขาด้วยสายตาดุร้าย
ราวกับว่าในขณะนั้น เธอเกลียดเขาด้วยความ
รู้สึกทั้งหมดที่มี หากฉันสามารถมองเห็นมัน
และยังจำมันได้อย่างชัดเจน ฉันรู้ว่า RJ ก็ต้อง
รู้สึกและเห็นมันเช่นกัน

ฉันยืนนิ่งอึ้งพูดอะไรไม่ออกและจ้องมองด้วย
ความไม่เชื่ออย่างที่สุดกับสิ่งที่ฉันได้เห็น เธอ
โจมตี RJ อย่างรุนแรง! เธอต้องการต่อสู้กับ
เขา! ฉันเห็นมันในดวงตาของเธอ!

*เกิดอะไรขึ้นกับแม่ของฉัน?*

" แม่ ผมต้องการแม่กลับมา...ผมต้องการแม่
ของผมกลับมา "

แม่ของฉัน เสีย สติไปชั่วคราว ทันทีที่ลุงพา
เธอเข้าไปในบ้านของยาย เธอ ก็เริ่มสงบลง
และเงียบลงมาก

สิ่งที่น่าแปลกเกี่ยวกับความสงบที่เกิดขึ้นกับ
เธอคือเธอไม่เป็น ตัว ของตัวเอง แม่ของฉันมี
จิตใจเหมือนเด็ก — เด็กผู้หญิงตัวเล็กๆ ที่
กำลังเล่นตุ๊กตา

เธอถืออะไรบางอย่างอยู่ในมือ ทำเหมือนกับ
ว่ามันเป็นตุ๊กตา ผู้หญิงที่มีจิตใจเข้มแข็งคนนี้
ที่ฉัน รู้จัก มาตลอดชีวิตกำลังนั่งอยู่บนพื้น
เล่นและพูดคุยราวกับว่าเธอมีตุ๊กตาอยู่ในมือ
ตอนนี้ฉันอายุสิบแปดปีแล้ว

" เกิดอะไรขึ้นกับแม่ของฉัน!!! "

" ทำไมเธอถึงกลับไปในวัยนั้นอีก เกิดอะไร
ขึ้นกับเธอ ฉันอยากให้เธอกลับมาเพื่อที่เธอจะ
ได้คุยกับฉันได้ ฉัน โต แล้วแม่ ฉันสามารถ
เป็นเพื่อนที่เธอต้องการได้! "

# บทที่ 19

## น้ำหนักแห่งความรัก

เธอไม่เคยได้รับความรักในแบบที่เธอสมควร
ได้รับเลย — จากใครก็ตาม! ความเจ็บปวดใน
วัยเด็กที่แสนเลวร้ายของเธอ ผู้ชายในชีวิต
ของเธอที่ชอบทำร้ายและ/หรือหลอกลวง การ
ดิ้นรนเพื่อเลี้ยงดูลูกสามคนของเธอโดยแทบ
จะคนเดียว และการทำงานในทุ่งนาตั้งแต่เธอ
ยังเป็นเด็ก (ทุ่งฝ้ายในจอร์เจีย) จนกระทั่งเธอ
เติบโตเป็นผู้ใหญ่ (ทุ่งแอปเปิล ทุ่งส้ม และทุ่ง
เฟิร์น) ประกอบกับสิ่งต่างๆ ที่เกิดขึ้นกับฉัน
และความจริงที่ว่าฉันเห็นเธออยู่กับผู้ชายคน
อื่น — การกระทำของเธอขัดแย้งกับทุกสิ่งที่
เธอ สอน ฉัน ทั้งหมดนี้มันมากเกินไปสำหรับ
เธอ

แม้แต่คนที่แข็งแกร่งที่สุดก็ไม่สามารถทนต่อ
สิ่งนี้ได้ ใช้แรงกดมากพอ อะไรๆ ก็จะแตกหัก!

คุณย่าพยายามให้แม่ของฉันกินอะไรบาง
อย่างขณะที่เธอกำลังนั่งเล่นตุ๊กตาบนพื้น

" กินอะไรหน่อยสิ โดโรธี "

แม่ของฉันไม่ยอมฟังคุณย่าเลย ราวกับว่าเธอ
ไม่ ได้ยิน คุณย่าพูด

" แม่ กินอะไรหน่อยสิ "

หลังจากสังเกตเห็นความพยายามของยาย ใน
การให้แม่ฉันกินข้าวไม่สำเร็จ ฉันจึงรวบรวม
ความกล้าที่จะพูดอะไรบางอย่าง

เธอฟังฉันทันทีและกินอะไรบางอย่าง วันนั้น
คุณย่าทำไก่และบิสกิตให้กิน เมื่อแม่ฟังฉัน
แบบนั้น มันรู้สึกเหมือนกับว่าเราได้สลับ
บทบาทกันในตอนนั้น ฉันกลายเป็นแม่ และ
แม่ของฉันกลายเป็นลูก

ท่ามกลางเรื่องทั้งหมดนี้ อาร์เจรู้สึกว่าเป็น
เรื่องสำคัญที่เราจะต้องไปตรวจเลือดเพื่อขอ
ใบอนุญาตสมรส ดังนั้นเราจึงทำอย่างนั้น

แม้ว่า แม่ของฉันจะหลับไปหรืออะไรประมาณ
นั้นก็ตาม ฉันหวังว่าจะจำได้ว่าเกิดอะไรขึ้น
แน่ชัด มัน น่า หงุดหงิดที่ไม่สามารถจำราย
ละเอียดต่างๆ ในชีวิตได้มากมายขนาดนี้

เราพาแม่ไปโรงพยาบาลในพาลาตกา ฉันจำ
ไม่ได้ ว่า " พวกเรา " รวมถึง ใครบ้าง แต่ฉัน
แน่ใจว่ามีฉัน พี่สาว และคุณย่า

ฉันเสียสติจริงๆ นะ! ฉันมึนงงและเคลิ้มไปเลย
ฉัน นึก คำหรือวลีไหนที่อธิบายความรู้สึกของ
ฉันได้ครบถ้วน " ชา " เป็นคำหนึ่งที่ฉันจะใช้
แน่นอน " ในแดนสนธยา " เป็นอีกวลีหนึ่งที่
อธิบายสภาพของฉันในเวลานั้นได้

เรานั่งรออยู่ในห้องรับรองเพื่อรอคุณหมอ

" พวกคุณทุกคนกลับมาได้แล้ว ..."

แม่ของฉันอยู่บนเตียง

" คุณมีลูกกี่คน " คุณหมอถามแม่ของฉัน

" ฉันมีลูกสามคน "

" ลูกของคุณเพศอะไร "

" ฉันมีลูกชายสองคนและลูกสาวหนึ่งคน "

แม้ว่าฉันจะรู้ว่าคุณหมอบอกว่าเราสามารถพบ
แม่ของฉันได้ แต่ในขณะที่ฉันยืนฟังคำถามที่
คุณหมอถามและคำตอบของแม่ ฉัน จำไม่ได้
ว่า เคยเห็นวิญญาณดวงใดเลยในห้องนั้น
นอกจากแม่ของฉัน นอนอยู่บนเตียงในโรง
พยาบาล

มัน น่า หงุดหงิดที่จำอะไรไม่ได้เลย ฉันตั้งใจ
ให้สมองว่างเปล่าหรือเปล่า

นี่ต้องเป็นคำตอบ มัน คือ คำอธิบายเดียวที่สม
เหตุสมผล ฉันจำไม่ได้ ว่า อะไรมาก่อนหรือ
หลัง แต่ที่ไหนสักแห่งในทั้งหมดนี้ ฉันกับอาร์
เจแต่งงานกันที่บ้านของนักเทศน์ประจำเมือง
เครสเซนต์ซิตี้

ไม่มีใครเข้าร่วมพิธีนี้ (ฉันใช้คำนี้เพราะหาคำ
อื่นมาอธิบายดีกว่านี้ไม่ได้) ฉันทำได้แค่ส่าย
หัวให้กับเรื่องนี้

เด็กน้อย เด็กน้อย ฉันเป็นลูกบอลทำลายตัว
เองที่กลิ้งลงเนิน หนาขึ้นและใหญ่ขึ้นเรื่อยๆ
ขณะที่ฉันกลิ้งลงเนินอย่างรวดเร็ว ชีวิตของ
ฉันยุ่งเหยิงอย่างบ้าคลั่ง หากฉันไม่ได้ ใช้
ชีวิตแบบนี้ ฉันคงสาบานได้ว่ามีคนโกหกถ้า
พวกเขาบอกสิ่งที่ฉันแบ่งปันกับคุณ ดูเหมือน
เป็นไปไม่ได้ที่คนๆ หนึ่งจะผ่านอะไรมากมาย
ขนาดนี้ในเวลาสั้นๆ

ฉันไม่คิดว่าจะมีใครรู้เรื่อง การแต่งงาน แบบ
" ปืนลูกซอง " นี้ ! สิ่งเดียวที่ฉันจำได้คือเห็น
RJ ยิ้มและตื่นเต้น ฉัน นึกภาพตัวเองยืนอยู่
ข้างๆ เขาไม่ออกด้วยซ้ำ ฉัน จำ ไม่ ได้ว่าพูด
ว่า " ฉันยินดี " หรือสวมแหวนที่นิ้วของฉัน
ไม่ได้หมายความว่าเขาไม่ ได้ ให้แหวนฉัน
ฉันแค่ จำไม่ได้ เท่านั้น

คุณยายหรือสามีของแม่ เป็น คนรับแม่ของฉัน
ไปอยู่ในสถานที่ที่ฉันเกลียดมากในตอนนี้ ฉัน

ไม่ รู้สึก ว่าจำเป็นต้องพาเธอไปถึงจุดสุดโต่ง
ขนาดนั้น ยังมีวิธีอื่นๆ อีกมากในการรักษา
อาการป่วยทางจิต ฉันเกลียดที่ตอนนั้นฉัน
ไม่มี ความ รู้เท่าที่มีอยู่ตอนนี้ หลังจากที่เราไป
โรงพยาบาลทั่วไป แม่ของฉันก็ถูกส่งตัวไปที่
สถาบันจิตเวช

เธอไม่ต้องการสิ่งนี้! โอ้พระเจ้า!

ไม่มีใครคำนึงถึงว่าเธอต้องรับประทาน
ฮอร์โมนหลังจากการผ่าตัดมดลูกด้วย นี่เป็น
อีกสาเหตุหนึ่งที่ส่งผลต่อสภาพจิตใจของเธอ
เรื่องนี้ไม่มี ใคร เข้าใจจนกระทั่งสายเกินไป
เสียแล้ว

การให้ยาฮอร์โมนเพื่อช่วยปรับสมดุลอาจช่วย
ให้เธอกลับมามีสภาพจิตใจปกติได้อย่าง
ง่ายดาย หากมีใครสักคนสละเวลาเพื่อ
วิเคราะห์เธอ แทนที่จะเลือกวิธีแก้ปัญหาที่เร็ว
ที่สุด นั่นคือ สถาบันจิตเวชของรัฐ

ก่อนหน้านี้ ฉันลืมบอกไปว่าเธอเสียสมดุล
เพราะขาดฮอร์โมนที่สำคัญ ซึ่งนั่นก็เพียง

พอแล้วที่จะทำให้ผู้หญิงคนหนึ่งอยู่ในสภาพ
จิตใจที่ย่ำแย่  โดยไม่ต้องพูดถึงความกดดัน
เพิ่มเติมจากปัจจัยอื่นๆ ในชีวิตของเธอ

ฉันหวังว่าฉันจะ  ไม่  ได้เป็นคนโง่เขลาเกี่ยว
กับชีวิตมากขนาดนี้  ฉันคิดอย่างนั้นจริงๆ ฉัน
สามารถช่วยเธอและตัวเองได้หลายอย่าง
ความไม่รู้ฆ่าคนได้จริงๆ!

ผู้คนจำเป็นต้องศึกษาหาความรู้และเตรียม
พร้อมรับมือกับสถานการณ์ที่ชีวิตเล่นเข้ามา

# บทที่ 20

## การไปเยี่ยมแม่ของฉัน

ความรู้สึกที่ฉันมีเมื่อเราได้ไปเยี่ยมแม่ในที่สุด
นั้นไม่อาจบรรยายได้ เวลาผ่านไปอย่าง
รวดเร็วอีกครั้ง และฉัน จำ ไม่ ได้ว่าผ่านไป
นานแค่ไหนแล้วตั้งแต่ครั้งสุดท้ายที่ฉันพบแม่
ฉันไม่รู้ ว่า แม่อยู่ที่นั่นนานแค่ไหน ไม่น่า จะ
เกินหนึ่งสัปดาห์

เมื่อในที่สุดเจ้าหน้าที่ก็พาแม่ของฉันออกมา
เยี่ยมเรา เธอจ้องมาที่ฉันโดยตรงและพูดว่า "
วิกกี้ ทำไมคุณถึงปล่อยให้พวกเขาพาฉันมาที่
นี่? "

ฉันรู้ได้จากคำพูดของเธอว่ามีบางอย่างในตัว
เธอที่เปลี่ยนไป เธอจะไม่มีวันเหมือนเดิมอีกต่อ
ไปหลังจากนี้ ... ไม่มีวัน!!!

*ทำไม ฉันถึงช่วยแม่ไม่ได้ ทำไมฉันถึงไม่
เป็น ผู้ใหญ่ กว่านี้*

ฉันคงจะรับสถานการณ์นั้นไปทั้งหมด! ฉัน
เกลียดที่ฉันไม่มี สิ่ง ที่ฉันมีในตอนนี้ ฉัน
ต้องหาวิธีจัดการกับความจริงที่ว่าฉันไม่มีทาง
ที่จะมีสิ่งที่ฉันมีในตอนนี้ได้เมื่อตอนนั้น ไม่มี
ทางเป็นไปได้อย่างแน่นอน!!!

ฉันนั่งอยู่ที่นี่ โกรธ ตัวเองมาก — โกรธมาก
จริงๆ — เพราะฉัน ไม่มี สิ่งที่แม่ต้องการ

ฉัน ไม่รู้ ว่าจะพูดหรือทำอย่างไรเมื่อแม่มอง
มาที่ฉันโดยตรงและถามว่าทำไมฉันถึงปล่อย
ให้พวกเขาตรวจสอบเธอในที่แห่งนี้ ฉันไม่มี
คำ ตอบ ทำไมฉันถึง ไม่มี คำตอบ?

ฉันนั่งมองหน้าแม่ ฉัน ได้ยินอาร์เจพูดอยู่ข้าง
หลังว่า " วิกกี้ หวีผมให้หน่อย "

ฉันจำไม่ ได้ ด้วยซ้ำว่าฉันลุกขึ้นมาหวีผมเธอ
หรือเปล่า ฉันคิดว่าความเจ็บปวดมากพอจะ
ทำให้ความทรงจำของคนๆ หนึ่ง ล้ม เหลวได้
ฉันยังคิดว่าความเจ็บปวดฉีกบางสิ่งบางอย่าง
ออกจากจิตใจของฉันด้วย

แม่ของฉันแค่อยากมีความสุขเท่านั้น ฉันมอง
ย้อนกลับไปแล้วเห็นว่าแม่ไม่มีความสุขเลย
ก่อนที่แม่จะเสียใจอย่างที่ฉันพูดไปก่อนหน้านี้
แม่ถามฉันว่าฉันจะรู้สึกอย่างไรหากแม่มีลูก
อีกคน แม่ต้องการใครสักคนหรืออะไรบาง
อย่างในชีวิตที่ทำให้เธอมีความสุข

ฉันต้องมาถึงจุดที่สามารถยอมรับความจริงที่
ว่าฉันไม่มี สิ่ง ที่เธอต้องการ และเพราะฉะนั้น
ฉันจึงไม่สามารถ มอบ สิ่งนั้นให้เธอได้ ฉัน
ต้อง ยอมรับสิ่งนี้และยอมรับมันให้เร็วที่สุด มิ
ฉะนั้น ฉัน จะ กลายเป็นบ้าเพราะลงโทษตัว
เองในสิ่งที่ ฉัน ไม่รู้

ฉันจำได้ว่าแม่ถามฉันโดยไม่มีใครถามเลย ดู
เหมือนแม่จะหันมาหาฉันคนเดียวเท่านั้น

เมื่อฉันอยู่ใกล้ ๆ เธอ ไม่ ฟังหรือแม้แต่มอง
ใครเลย — มีเพียงฉันเท่านั้น เธอหันมามอง
ฉัน และฉันก็ ช่วยเธอ ไม่ ได้เพราะฉันไม่รู้ ว่า
จะทำอย่างไร

ฉันอยากมอบให้เธอ  เพื่อแสดงให้เธอรู้ว่าฉัน
รักเธอมากแค่ไหน  ฟังเธอขณะที่เธอระบาย
ความเจ็บปวดออกมา และให้เธอรู้ว่าฉันเข้าใจ
เธอมากแค่ไหน

# บทที่ 21

## การตำหนิตัวเอง

ฉันโทษตัวเองอย่างโง่เขลาว่าตัวเองยังไม่แก่
พอ ลองนึกถึงคำพูดนั้นดู ... มันไม่มี เหตุผล
เลย แต่มันเป็นอย่างนั้นจริงๆ ฉันโทษตัวเองที่
ไม่มีปัญญาเหมือนคนอายุห้าสิบในวัยสิบแปด
ปี มีคนอายุห้าสิบหลายคนที่ยังคงติดอยู่ใน
เขตเวลา ไม่ เป็นผู้ใหญ่และไม่สามารถรับมือ
กับสถานการณ์ส่วนใหญ่ในชีวิตได้ ไม่ต้อง
พูดถึงเรื่องร้ายแรงเช่นนี้

ฉันต้องหาวิธีที่จะปลดปล่อยตัวเองจากความ
คาดหวังที่ไม่สามารถบรรลุได้เหล่านี้ อีกครั้ง
อารมณ์ทำให้ฉันติดอยู่ในกับดัก เป็น เรื่องน่า
ทึ่งที่อารมณ์สามารถทำอะไรกับคุณได้
อารมณ์ต้องได้รับการฝึกฝนและเปลี่ยน
ทิศทาง

ในกรณีของฉัน การโยนความผิดมาที่ฉันจะ
เป็นอีกสิ่งหนึ่งที่ทำลายฉัน ... ความโทษตัวเอง

ทำให้ฉันตายอยู่ข้างใน โดยแบกน้ำหนักสี่สิบ
ปอนด์ไว้บนหัวใจ

ในที่สุดแม่ของฉันก็ออกจากโรงพยาบาลและ
กลับบ้านได้ โดยบ้านของเธอประกอบด้วย
การกลับบ้านกับสามีของเธอ โปรดจำไว้ว่า
ก่อนที่เธอจะป่วยทางจิต เธอได้ทิ้งสามีและ
ย้ายไปอยู่ที่ของเธอเอง การออกจากโรง
พยาบาลนั้นและกลับมาอยู่ในสถานการณ์ที่
เธอ หนี ออกมาได้นั้นอาจไม่ใช่สิ่งที่ดีที่สุด
สำหรับเธอ

ฉันสามารถพูดได้ทั้งหมดนี้ในตอนนี้ในชีวิต
แต่เมื่อตอนนั้น ฉันไม่สามารถ มอง เห็นมือ
ของฉันที่อยู่ตรงหน้าได้ ถ้าฉัน วาง ไว้ห่าง
จากตาเพียงสองนิ้ว!

หลังจากเหตุการณ์เหล่านี้ ฉันคิดว่าฉันได้ก้าว
ไปสู่การปฏิเสธอีกก้าวหนึ่ง ฉันรู้สึกแบบนี้
เพราะฉันพยายามอย่างยิ่งที่จะไม่ให้แม่เห็น
ฉัน ฉันคิดว่าถ้าแม่ไม่ เห็น ฉัน การทำแบบนี้
จะช่วยแม่ได้

ถ้าฉันอยู่ห่างจากแม่ เธอจะ ไม่ ต้องเห็นสภาพ
ที่บอบช้ำของฉัน และในทางกลับกัน เธอก็จะ
ไม่ ต้องเครียดมากเท่าไหร่ด้วย

ความคิดของฉันมันแย่มาก นี่คือสิ่งสุดท้ายที่
เธอต้องการ เธอต้องการพบฉันและไม่ต้องถูก
กีดกันจากสิ่งที่กำลังเกิดขึ้นกับฉัน ฉันไม่รู้
เรื่อง นั้นในตอนนั้น มัน สมเหตุสมผล แต่ใน
ตอนนั้น ไม่มีอะไรสมเหตุสมผลสำหรับฉันเลย

หลังจากแม่ของฉัน เสีย สติ อีอันก็แย่ลง ฉันรู้
ว่าสิ่งที่เขาเห็นกับแม่ของฉันทำให้เขาอารมณ์
เสีย ไม่มี มนุษย์ คนใดที่ยังมีชีวิตอยู่ที่ฉันรู้สึก
ว่าจะ ไม่ ได้รับผลกระทบจากสิ่งที่เกิดขึ้นกับ
แม่ โดยเฉพาะอย่างยิ่งถ้าพวกเขารู้จักแม่

# บทที่ 22

## การนำมันเข้ามา

RJ จะ ไม่ ไปเที่ยวคลับเพียงเพื่อปาร์ตี้เท่านั้น ส่วนใหญ่แล้วมักจะมีการฉ้อโกงเข้ามา เกี่ยวข้อง เขาเป็นนักฉ้อโกงรอบด้านและสอน วิธีการเล่นบางอย่างให้ฉัน หนึ่งในนั้นคือการ พนัน เช่น การเล่นลูกเต๋าหรือเดิมพันบนโต๊ะ พูล ฉันได้เรียนรู้วิธีเล่นลูกเต๋า (ทอยลูกเต๋า แล้วรับเงิน) และฉันก็ได้เรียนรู้เคล็ดลับการ เล่นโต๊ะพูลและวิธีรับเงินจากโต๊ะพูล

ฉันเริ่มเป็นผู้เชี่ยวชาญในการหาเงินบนโต๊ะ ลองดูว่าอะไรกำลังเริ่มเกิดขึ้น ครั้งหนึ่งฉัน ไม่รู้อะไรเลยเกี่ยวกับโลกใต้ดิน ฉันเริ่มเรียนรู้ กลเม็ดของการค้า ไม่ต้องพูดถึง ฉันยังเห็น เขาทำสิ่งที่เขาไม่ ต้องการ ให้ฉันเข้าไป เกี่ยวข้องด้วย ฉันเรียนรู้อยู่ดี ผู้คน โดยเฉพาะ คนหนุ่มสาว มักจะเลียนแบบการกระทำ มากกว่าจะฟังคำพูด สิ่งเดียวที่ฉันบอกได้คือ

RJ จะไม่ให้ฉันดื่มหรือสูบบุหรี่อะไร เลย ไม่
แม้แต่เบียร์

คืนหนึ่ง เขาไปที่ไหนสักแห่ง (ฉันจำไม่ได้ ว่า
ที่ไหน) แล้วฉันก็กำลังเล่นพูลกับเพื่อนอีกสอง
สามคน

" วิกกี้ คุณอยากชิมเบียร์ไหม " หนึ่งในนั้น
ถาม

" ใช่! "

ฉัน ไม่ ได้ดื่มมากนัก รสชาติแย่มากสำหรับ
ฉัน อย่างไรก็ตาม เมื่อ RJ กลับมา ฉันบอกเขา
ว่าฉัน ได้ ชิมเบียร์แล้ว โดยคิดว่ามันไม่ใช่
เรื่องใหญ่

โอ้พระเจ้า ฉันคิดผิด!

อาร์เจโกรธเด็ก ๆ ที่ให้ฉันชิมเบียร์และบอก
ฉันว่าอย่าทำแบบนั้นอีก เขาถึงกับน้ำตาซึม
เมื่อเล่าเรื่องนี้ให้ฉันฟัง

อย่างที่ฉันได้กล่าวไปแล้ว RJ ชอบเล่นพนัน และเล่นลูกเต๋า เขา ชนะ เงินได้เป็นพัน ดอลลาร์ และบางครั้งก็กลับมาเสียเงินทั้งหมด อีกครั้งเพื่อพยายามได้เงินเพิ่ม เขาจะให้ฉัน อยู่เคียงข้างเขาตลอดเวลาที่เขาเล่นพนัน จนถึงเช้า

ฉันจะนั่งรอ รอ และรออยู่ที่บันไดข้าง RJ และ เกมของเขา โดยรับรู้ถึงทุกสิ่งที่เขาทำโดยไม่รู้ ตัว

เกมห่วยๆ เหล่านี้มักจะมีการทะเลาะวิวาทกัน เกิดขึ้นเสมอ และมีการใช้ปืนกันตลอดเวลา เมื่อพูดถึงปืน ในตอนนี้ RJ ได้สอนฉันให้ยิง ปืนแล้ว ทุกอย่างที่ RJ รู้ เขาสอนฉัน ตั้งแต่ การขี่มอเตอร์ไซค์ การพนัน และการยิงปืน ฉันเริ่มชอบทุกสิ่งที่เขาสอนฉัน

ฉันได้เรียนรู้ว่าควรยิงใครที่ไหนหากเขา พยายามทำร้ายฉัน เพื่อไม่ให้ถูกตั้งข้อหา ฆาตกรรม และควรยิงที่ไหนเพื่อให้ถูกตั้ง ข้อหาเบากว่านั้นหากเป็นกรณีนั้น ฉันได้รับ การฝึกฝนอย่างไม่เป็นทางการให้กลายเป็น

สัตว์ประหลาดที่ไร้ความรู้สึกและโหดร้ายใน
ที่สุด

ระหว่างเวลาที่คลับเปิด ฉันจะเต้นไม่หยุดโดย
ไม่รู้ตัวเลยว่ากำลังทำอะไรอยู่ จิตใจของฉัน
จดจ่ออยู่กับการเต้นรำ

บางครั้ง RJ จะเข้ามาในคลับขณะที่ฉันกำลัง
เต้นรำ และให้เงินฉันเพื่อยืนยันว่าเขา ชนะ
เขา จะบอกผู้ชายที่ฉันเต้นรำด้วยว่า " อย่า
เข้าใกล้เธอมากเกินไป "

โดยพื้นฐานแล้ว เขาแค่พูดจาขยะแขยงเพราะ
ไม่มีใครกล้าลองอะไรกับ RJ ผู้คนต่างกลัวเขา
และด้วยเหตุผลที่ดี

ขณะที่ผมเขียนเกี่ยวกับ RJ ผมต้องยอมรับว่า
ผมกำลังบรรยายถึงตัวตนที่ผมจะเป็นใน
อนาคต ผมมีทฤษฎีเกี่ยวกับสาเหตุที่ผมเปลี่ยน
ไปเป็นคนแบบนี้

ฉันมีบางอย่างที่เหมือนกับเขาซึ่งทำให้เขา
เป็นอย่างที่เขาเป็น นั่นคือความเจ็บปวดทาง

จิตใจและอารมณ์ที่รุนแรง ซึ่ง รุนแรงถึง
ขนาดทำให้เขากลายเป็นคนไร้ความรู้สึก ไร้
ความรู้สึก และไม่สนใจใยดี คุณต้องรับมือกับ
ความเจ็บปวด ไม่เช่นนั้นความเจ็บปวดจะเข้า
มาจัดการกับคุณเอง! ความเจ็บปวดสามารถ
สร้างหรือสร้างคุณขึ้นมาใหม่ได้อย่างแท้จริง
ซึ่งในไม่ช้านี้ คุณจะได้เห็นว่าฉันถูกหล่อ
หลอมให้มีตัวตนที่แตกต่างไปจากเดิมอย่าง
สิ้นเชิงอย่างไร

# บทที่ 23

## พ่อของฉัน

คืนหนึ่งที่ไนท์ คลับ ชื่อดังเวอร์นอนในซีซี พ่อ
ของฉัน อาร์เจ และฉันอยู่ที่นั่นในเวลา
เดียวกัน แน่นอน ว่าไม่ได้อยู่ด้วยกัน แต่เรา
บังเอิญบังเอิญเจอกัน ไม่ว่าอาร์เจจะไปที่ไหน
ฉันก็ต้องไป อย่างที่ฉันได้กล่าวไว้ก่อนหน้านี้
ที่เดียวที่ฉันไม่ได้ ไป กับเขาคือเวลาที่เขาใช้
ยา

คืนนั้นพ่อของฉันดื่มเหล้า การดื่มเหล้าทำให้
เขาพูดทุกอย่างที่รู้สึก เห็นได้ชัดว่าเป็นสิ่งที่
เขา เก็บงำ ไว้ในใจเกี่ยวกับอาร์เจมาสักพัก
หนึ่ง

ฉันเห็นพ่อเดินเข้ามาหาอาร์เจ พูดบางอย่างที่
ฉันไม่ได้ยิน ฉันไม่ ชัดเจน ในสิ่งที่พ่อพูด แต่
ฉันเห็นการเผชิญหน้าและรู้สึกตื่นตระหนก

ภายในไม่กี่วินาที พ่อของฉันก็พูดว่า " ฉัน จะ ตัดคุณ "

พ่อของฉันทำท่าเหมือนจะหยิบมีดในกระเป๋า กางเกงหลังของตัวเอง จนกระทั่งถึงตอนนี้ อาร์เจ ไม่สนใจพ่อของฉันเลย เมื่อพ่อของฉัน บอกว่าจะหั่นอาร์เจ เขาก็วิ่งเข้าหาพ่อ ตีพ่อ และกระแทกพ่อจนล้มลงกับพื้น

" คุณตีพ่อฉันทำไม " ฉันตะโกน

หากฉันมีสิ่งที่เป็นอยู่ตอนนี้ ฉันคงจะจัดการ กับสถานการณ์นี้แตกต่างออกไป น่าเสียดาย ที่ในช่วงเวลาเช่นนี้ ฉันไม่รู้ ว่า การต่อสู้กลับ หมายความว่าอย่างไร เพราะแม่ของฉันไม่ได้ เลี้ยงดู พวกเราด้วยความรุนแรงแต่อย่างใด

พวกคุณส่วนใหญ่คงจะบอกว่าถ้าเป็นคุณ คุณ จะสู้กับ RJ ที่ทำร้ายพ่อของคุณ สำหรับพวก คุณทุกคนที่รู้สึกแบบนี้ ฉันเห็นด้วยอย่างยิ่ง

แต่ความแตกต่างก็คือ ฉัน ไม่ ได้อยู่ใน สถานการณ์เดียวกับเมื่อก่อนเลย — สับสน

และหลงทางอย่างสิ้นเชิง ตอนนี้ฉันพูดสิ่ง
เหล่านี้ได้ เพราะฉันไม่ได้อยู่ในสถานการณ์
เดียวกับเมื่อก่อน ใครๆ ก็สามารถนั่งอยู่คนละ
ฝั่งรั้วแล้วพูดว่าจะทำอะไรตลอดทั้งวัน แต่
จนกว่าคุณจะอยู่ในสถานการณ์นั้น คุณจะ
ไม่รู้ว่า จะ ทำอะไร!

ทันใดนั้น ฉันก็ปฏิเสธ จิตใจของฉันทำในสิ่งที่
ตัวเองคิดเมื่อเกิดเหตุการณ์ที่กระทบต่อฉันใน
แบบที่ฉัน รับมือ ไม่ ได้ ฉันเริ่มมองเห็นสิ่งนี้
แล้ว นี่ไม่ดีเลย และต้องแก้ไข — เหมือนเมื่อ
วานนี้ การปฏิเสธไม่ได้เป็นสิ่งที่ดีเสมอไป
จิตใจของฉันแสร้งทำเป็นไม่เห็นสิ่งที่ฉันเพิ่ง
เห็นโดยอัตโนมัติ และ ฉันก็วิ่งขึ้นไปบนถนน
จากคลับ

ขณะที่ฉันวิ่งไป ฉันเห็น RJ ทำร้ายพ่อของฉัน
เตะเขาในขณะที่เขานอนอยู่บนพื้นในสภาพ
เมาและไม่สามารถช่วยเหลือตัวเองได้

" ฉันเสียใจมากที่ปล่อยให้ผู้ชายคนนี้เข้ามา
ในชีวิตของเรา มีคนมากมายที่ฉันรักที่ต้อง
เจ็บปวดเพราะคนที่ฉันยอมให้เข้ามาในชีวิต

ของฉัน ... พ่อและแม่ของฉัน เรื่องนี้เกิดขึ้น
ได้อย่างไร ”

ฉันวิ่งไปร้องไห้ไป และเริ่มปฏิเสธความจริง
มากขึ้นเมื่อหนีจากฉากที่อาร์เจทำร้ายพ่อของ
ฉัน ฉันรู้สึกหวาดกลัวจนแทบไม่น่าเชื่อเมื่อ
เห็นภาพนั้นฝังแน่นอยู่ในใจ ฉันวิ่งอย่างสุด
แรงและเร็วที่สุดเท่าที่จะทำได้ แต่สะดุดล้มลง
ไปในคูน้ำ ฉันนอนอยู่ตรงนั้น หลับตา ใบหน้า
สัมผัสกับพื้นดินตามธรรมชาติ (ดินและหญ้า)
รู้สึกชา

'ทำไม ฉัน ไม่รู้ ว่าจะทำอย่างไร? '
ทำไม ฉันถึงไม่เคยสู้กลับเลย ? '

ฉันมักจะร้องไห้ ปฏิเสธ และวิ่งหนี แม้ว่าเรื่อง
นี้จะเกิดขึ้นกับพ่อของฉัน แต่วันนี้ฉันจะรู้สึกดี
กับตัวเองมากขึ้น ถ้าฉัน พยายาม ต่อสู้กับ RJ
เพื่อพ่อของฉัน

มีคนบางคนขับรถผ่านไปพบฉันนอนอยู่ในคู
น้ำ

“ นั่น วิก กี้ อยู่ตรงนั้น … จอดรถสิเพื่อน จอดรถสิ! ”

“ พี่ชาย ช่วยดึงเธอขึ้นจากพื้นที … เร็วเข้า เร็วเข้า พี่ชาย ช่วยดึงผู้หญิงคนนั้นขึ้นจากพื้นที! ”

คนขับรถคันนั้นพาฉันลงเนินเล็กๆ ไปยังเมือง RJ ฉันต้องตกลงไปในคูน้ำนั้นเพียงไม่กี่วินาทีก็มีคนเห็นฉัน

RJ จัดการพาฉันขึ้นรถของเขาได้สำเร็จ ฉันนั่งอยู่ที่เบาะข้างคนขับ รู้สึกตัวเต็มที่แต่ก็หวาดกลัวจนแทบสิ้นสติ ขณะที่เขาขับรถด้วยความเร็วสูงราวกับคนบ้า ถึงแม้ว่าฉันจะกลัวแต่ฉันก็อยากจะควัก ลูกตา ของ RJ ออก

เมื่อถึงเวลานั้น ฉันก็รู้ชัดว่าฉันเริ่มกลัวเขาแล้ว นี่คงเป็นสาเหตุที่ทำให้ฉันไม่มี ความกล้าที่จะปกป้องพ่อของฉัน RJ สัมผัสได้ว่าฉันต้องการทำบางอย่างกับเขา เขาสัมผัสได้ถึงความโกรธที่ก่อตัวขึ้นผสมกับความกลัวของฉัน

เขาด่าฉันและตะโกนสุดเสียงว่า " นายอยากสู้
กับฉันเพราะแฮงค์ สู้กับฉัน สู้กับฉัน! "

ฉันอยากหนีจากคนๆนี้!

ความคิดต่อมาของฉันคือทำแบบนั้น: หนีจาก
RJ ทันใดนั้น ฉันก็คิดที่จะกระโดดออกจากรถ
จิตใจบอกฉันให้คว้าที่ล็อกแล้วกระโดดออก
ไป ไม่ สำคัญ สำหรับฉันที่ RJ กำลังขับรถด้วย
ความเร็วสูง

เมื่อถึงคิว อาร์เจก็อ่านใจฉันได้ " คุณอยากจะ
กระโดดออกจากรถคันนี้ไหม? ทำมันเลย!
กระโดดสิ! "

# บทที่ 24

## การเผชิญหน้ากับการทำลายล้าง

เสียงของเขาเต็มไปด้วยความโกรธที่คุกคามฉัน! ฉันนั่งตัวแข็งทื่อจนตัวแข็ง ไม่กล้าเอื้อมมือไปแตะกลอนประตูเพื่อเปิดประตู

ฉันกลัวว่าเขาจะทำอะไรถ้าฉันพยายามกระโดดออกจากรถมากกว่า เพราะทางเท้าจะกระแทกฉันง่ายกว่าสิ่งที่ฉันคิดว่า RJ จะทำกับฉัน ความกลัว RJ ต่างหากที่ทำให้ฉันไม่กล้ากระโดดออกไป ไม่ใช่ความกลัวทางเท้า

ตอนนี้ฉันคงตกใจมาก ฉันกลายเป็นคนวิตกกังวลจนประหม่าไปหมด การต้องมาอยู่ในสถานการณ์แบบนี้ตั้งแต่ยังเด็กก็ทำให้ใครๆ ก็ต้องตกใจ ฉันไม่เคยเห็นความรุนแรงในบ้านเลย แม่ไม่เคยให้ฉันต้องเจออะไรแบบนี้เลย เราอยู่กันอย่างสงบสุขในบ้านของเรา ฉัน จำไม่ ได้ด้วยซ้ำว่าแม่เคยพูดคำหยาบออกมา

แม่ของฉันรู้ว่าฉัน ไม่รู้ อะไรเกี่ยวกับโลกมืด
แบบนี้เลย!

ดูเหมือนว่า RJ จะไม่รู้สึกสำนึกผิดในสิ่งที่เขา
ทำ กับพ่อของฉันเลย ดูเหมือนว่าเขาจะถึงขั้น
ตำหนิหรือโกรธฉันสำหรับสิ่งที่เกิดขึ้น เขา
ตะโกนใส่ฉันราวกับว่าฉันทำอะไรบางอย่าง
ลงไป

ฉันคิดในใจว่า "ขอโทษทีนะ แต่คุณเพิ่งจะตี
พ่อฉัน! หรือคุณไม่ สังเกต เห็น? แล้วคุณเป็น
ใครถึงมาด่าใครได้? ถ้ามีอะไร ฉันคงตบหัว
คุณแน่!*

ถ้าฉัน เคย มีการต่อสู้แบบนี้อยู่ในเลือดของ
ฉันในช่วงเวลานี้ ฉันจะทำแบบนั้น!

คราวหน้าที่เจอพ่อ ฉันพบว่าท้องของเขาถูก
พันด้วยผ้าพันแผลสีขาวขนาดใหญ่ RJ ทำให้
ซี่โครงของ พ่อ ฉันหัก!

ฉันเพิ่งมารู้ทีหลังว่าแม่รู้เรื่องนี้ทั้งหมด จริงๆ
แล้วแม่เป็นคนช่วยพ่อของฉันไว้ แม่โทรหา

แม่ของพ่อ (คุณย่าอีกคนของฉัน) ในคืนที่
เหตุการณ์นี้เกิดขึ้น

ดูเหมือนว่าทันทีที่เกิดเรื่องขึ้น มีคนมาแจ้งแม่
ของฉันเกี่ยวกับเหตุการณ์นั้น แม่ของฉันโทร
หาคุณยายและบอกเธอว่าเกิดอะไรขึ้น ตอนที่
เธอโทรไป พ่อของฉันก็กำลังนั่งอยู่ที่ระเบียง
บ้านคุณยาย และ เบือนหน้าหนีด้วยความเจ็บ
ปวด หลังจากนั้นไม่นาน พวกเขาก็ไปพบ
แพทย์

ฉันตกหลุมรักคนๆ นี้ที่ทำลายชีวิตฉันได้
อย่างไร หากฉัน รู้ ฉันคงวิ่งหนีไปทางอื่น
พร้อมกับหนังสือเรียนในอ้อมแขนในวันนั้น

ฉันต้องหาทางให้อภัยตัวเองให้ได้ ฉันยัง
ต้องหาทางให้อภัยคนที่มาทำลายหัวใจฉัน
และเหยียบย่ำมันด้วย

ฉันทำอะไรผิด? ใครช่วยอธิบายให้ฉันเข้าใจ
ที? ฉันทำอะไรผิด? หากฉันไม่ พบ วิธีที่จะให้
อภัยคนเหล่านี้และตัวฉันเอง มันจะทำลายฉัน

และครอบงำฉันไปตลอดชีวิต! ความโกรธนั้น
ถูกกดเอาไว้ลึกๆ ในตัวฉัน มันต้องโผล่ออกมา

ลองนึกดูว่าเรื่องทั้งหมดนี้ทำให้แม่ของฉัน
เครียดและเสียใจขนาดไหน ใคร ก็ตามที่บอก
เธอถึงสิ่งที่เกิดขึ้น ฉัน แน่ใจ ว่าพวกเขาคง
เล่าทุกอย่างให้เธอฟัง รวมทั้งฉากที่ฉันนอน
จมอยู่ในคูน้ำนั้นด้วย

แม่ของฉันรู้ว่าฉันไม่รู้ จะ จัดการกับสิ่งนี้
อย่างไร เพราะแม่ไม่เคยสอนฉันเกี่ยวกับ
ประสบการณ์ที่เลวร้ายเช่นนี้ สิ่งที่ไม่ ฆ่า คุณ
จะทำให้คุณแข็งแกร่งขึ้น สักวันหนึ่งความ
แข็งแกร่งจะมาถึง ฉัน ไม่รู้ ในตอนนั้น แต่ใน
ไม่ช้าฉันก็จะกลายเป็นเครื่องจักรที่ถูกขับ
เคลื่อนด้วยความเจ็บปวด ไม่มีใครสามารถ
ทดสอบฉันได้แบบนี้ในวันนี้

การพยายามปกป้องแม่ทำให้ฉันไม่กลับมาหา
แม่ ฉันคงรู้สึกละอายใจมาก ฉันไม่อาจ ปล่อย
ให้แม่เห็นว่าฉันเสียใจขนาดนี้ การอยู่ห่าง
จากแม่ทำให้ฉันยิ่งปฏิเสธตัวเองมากขึ้น ฉัน

ไม่รู้ตัวว่าต้องเลือกหรือตัดสินใจอย่างไร ฉัน
จมอยู่กับอารมณ์ที่ปั่นป่วน
ในทางจิตวิทยา ฉัน หลับตา และทำอย่างนี้
ตลอดชีวิต จนกระทั่ง ถึงตอนนี้ ฉันยังไม่
พร้อมที่จะรับมือกับปัญหาที่เข้ามาในชีวิต

บาดแผลทางใจ ภาค 1

# บทที่ 25

## เพื่อนร่วมชั้นเรียนของฉัน

ฉันหนีจาก RJ มาได้ยังไงก็ ไม่รู้ ไม่แน่ใจว่า
ฉันหนีมาได้ยังไง  บางทีเขาอาจจะไปเสพยา
หรืออะไรสักอย่างอยู่ก็ได้  ไม่ว่ายังไงฉันก็ไป
บ้าน เพื่อน ร่วม ชั้นเก่า

" เจสสิก้า  ฉันขอค้างที่บ้านคุณได้ไหม "  ฉัน
ถาม

" เข้ามาสิ วิกกี้  เธอรู้ว่าเธอสามารถพักที่บ้าน
ฉันได้ "

แม้ว่าเธอจะอาศัยอยู่กับปู่ย่าตายาย  แต่เธอก็
ยอมให้ฉันเข้าไป  ทุกคนในเมืองเครสเซนต์
ซิตี้รู้ดีว่าอาร์เจกำลังพาฉันตกนรก  ฉัน
ต้องการความสงบ  ฉันต้องการมันมาก  ฉัน
นอนบนพื้นห้องนอนของเธอในคืนนั้น! ฉันไม่
สนใจ  และไม่อยากขึ้นเตียงด้วย  ถ้าฉันต้อง
นอนในถ้ำสิงโต และ มีความสงบที่นั่น นั่น คือ

ที่ที่ฉันอยากอยู่ พื้น หลังคา ชั้น ถ้ำสิงโต หรือ
อะไรก็ตาม! ความสงบคือสิ่งที่ฉันต้องการ และ
ความสงบสำหรับฉันอยู่ที่ไหนก็ได้ที่อยู่ห่างจา
กอาร์เจ ฉันรู้สึกดีมากที่ได้อยู่ที่นั่น ไม่ต้องพูด
ถึงความปลอดภัยที่ฉันรู้สึก

ความสงบนั้นกินเวลาเพียงไม่เกิน 24 ชั่วโมง

*เคาะ เคาะ เคาะ!!!*

เช้านี้ประมาณ 9 หรือ 10 โมง เราเพิ่งกิน
อาหารเช้าเสร็จและกำลังคุยกันอยู่ก็มีเสียง
เคาะประตู

เงาบอกว่ามันคือ RJ!

" ฉันรู้ว่าคุณอยู่ข้างใน! " เขาตะโกน

ผมกลัวจนตัวแข็งเลย!

" วิกกี้! วิกกี้! ฉันรู้ว่าคุณอยู่ข้างใน ... เปิด
ประตูสิ! "

ฉันบอกได้จากความโกรธที่เพิ่มมากขึ้นในน้ำ
เสียงของเขาขณะที่เขาเริ่มทุบประตู  เรียกชื่อ
ฉัน และเรียกร้องให้เราเปิดมัน

เจสสิก้าตกอยู่ในอาการตื่นตระหนกอย่างเห็น
ได้ชัด  เธอกำลังเสี่ยงที่จะให้ฉันอยู่ที่นั่น อาร์
เจทำตัวเหมือนว่าฉันเป็นสมบัติของเขา  และ
ไม่ว่าฉันจะอยู่ที่ไหนหรือมีใครอยู่แถวนั้น เขา
ก็ปฏิบัติกับฉันแบบนี้

เจสสิก้าไม่มีทางเลือกอื่นนอกจากต้องเปิด
ประตู เขาโกรธมากขึ้นเรื่อยๆ!

ทันทีที่เธอไขกุญแจและเปิดประตู  อาร์เจก็พุ่ง
ผ่านเธอไป  มุ่งตรงมาหาฉัน  เท้าของฉันรู้สึก
เหมือนติดกาวกับพื้น  ฉันนิ่งไปอีกครั้งด้วย
ความตกใจ  ฉันไม่รู้ว่า  ตัว  เองลงไปนอนบน
พื้นได้อย่างไร  สิ่งเดียวที่จำได้คือร้องไห้ด้วย
ความกลัว  เกาะและคว้าสิ่งของทุกอย่างที่หา
ได้เพื่อไม่ให้อาร์เจลากฉันข้ามพื้นไป

ชายคนนี้แข็งแกร่งราวกับวัว  ฉันผอมและ
เปราะบางมาก ขี้ขลาด RJ แทบจะลากฉันไป

221

ตามพื้นเหมือนกับที่นายพรานลากกวางที่ตาย
แล้ว

" อาร์เจ ปล่อยผู้หญิงคนนั้นไว้คนเดียว
เถอะ! " เจสสิก้าตะโกนขณะที่อาร์เจยังคงดึง
ฉันไปที่ประตู ฉันตกใจเกินกว่าจะรู้สึกละอาย
ใจ

เมื่อเขาพาฉันขึ้นรถได้ในที่สุด เขาก็พูดด้วย
น้ำเสียงก้าวร้าวมากว่า " คุณคิดว่าคุณจะซ่อน
ตัวจากฉันได้เหรอ "

คง ตายไปแล้ว ฉัน พูดหรือพูดอะไรไม่ได้ สิ่ง
เดียวที่ฉันทำได้คือจ้องมองตรงไปข้างหน้า
ด้วยอาการเหมือนอยู่ในภวังค์

ฉันไม่อาจรู้สึกอะไรได้อีกต่อไป ฉันรอดชีวิต
มาได้อย่างไร แม้จะไม่รู้ตัว แต่จิตใจของฉันก็
ยังหาทางทำให้ร่างกายของฉันมีชีวิตอยู่ต่อ
ไปได้ ความตายและความชาเริ่มเข้ามา
ครอบงำ และฉันทำอะไรไม่ได้เลย ไม่รู้ว่าต้อง
ทำอย่างไร

ฉันกลายเป็นเหยื่อของสังคมแล้ว ไม่ใช่ หรือ ? ฉันเป็นเหยื่อของ " รักแรก " ฉันสงสัยว่าใคร กันที่ทำให้เขาเป็นแบบนี้

# บทที่ 26

## จุดเริ่มต้นของการบันทึก

ฉันกับอาร์เจทำงานให้กับชายคนหนึ่งที่เป็น
เจ้าของธุรกิจ (รับจ้าง) ในวันนั้น ฉันได้รับเช็ค
ประจำสัปดาห์ แต่หาไม่ เจอ ฉันคิดว่าคงทำ
เช็คหาย และอาร์เจก็ช่วยฉันตามหาเช็คที่
หายไป

" บอกให้เขาเขียนเช็คใหม่ให้คุณเพราะคุณ
ทำมันหาย " อาร์เจกล่าว

" ตกลง. "

ดูเหมือนว่านี่จะเป็นสิ่งที่สมเหตุสมผลที่จะทำ
เนื่องจากฉัน แพ้ คนแรกไปแล้ว … ช่างเป็น
ความผิดพลาดจริงๆ!

RJ ขโมยเช็คของฉันไป แล้วเอาไปที่ร้านขาย
ของชำในละแวกนั้น ขึ้นเงิน และสูบเงินที่ฉัน

หามาอย่างยากลำบากไปจนหมด! การกระทำ
ดังกล่าวส่งผลให้ฉันถูกตั้งข้อหาเป็นครั้งแรก

เนื่องจากเช็คใบแรกถูกนำไปขึ้นเงินแล้ว เช็ค
ใบที่สองที่นำมาแทนจึงสามารถถูกดำเนินคดี
กับฉันได้ เช็คใบนั้นเขียนในชื่อของฉัน ดัง
นั้น ฉันจึงต้องรับผลที่ตามมา ซึ่งเรื่องนี้ยังคง
อยู่ในประวัติของฉันจนถึงทุกวันนี้

ในที่สุดข้อกล่าวหาก็ถูกยกเลิกเนื่องจาก
เจ้าของรู้ว่า RJ เป็นผู้ลงนามรับรองเช็ค และ
เขายังรู้ด้วยว่า RJ ติดยา อย่างไรก็ตาม แม้จะ
มีข้อเท็จจริงเหล่านี้ เรื่องนี้ก็ยังถูกบันทึกไว้ใน
บันทึกของตำรวจ ซึ่งถือเป็นจุดเริ่มต้นของ
บันทึกสำหรับฉัน

# บทที่ 27

## เดย์โทน่าบีช

ในช่วงนี้ RJ Brown พาเราไปที่เดย์โทนาบี
ชกับเพื่อนๆ ของเขา ฉันได้งานในร้านอาหาร
ฟาสต์ฟู้ด และแน่นอนว่า RJ เรียกตัวเองว่า
พ่อค้าโคเคน (เบส) ฉันอายุสิบแปดปีและไม่
เคยเห็นยาเสพติดชนิดใดเลย ไม่ ว่า จะเป็น
กัญชา โคเคน หรือ อะไรก็ตาม ในที่สุดฉันก็
เห็นว่ายาเสพติดหน้าตาเป็นอย่างไร แต่ฉัน
เห็นมันโดยบังเอิญ RJ ไม่ได้ ตั้งใจ ให้ฉันเห็น
สิ่งที่ฉันสังเกตเห็นคือจำนวนเงินที่เขาทำได้
จากยาเสพติดชิ้นเล็กๆ ที่ดูเหมือนสี่เหลี่ยม
เหล่านั้น

อย่างไรก็ตาม ฉันไม่ได้ตระหนักถึงความจริง
นี้ และ ฉันก็ไม่รู้ว่าการมีส่วนเกี่ยวข้องกับเรื่อง
นี้เป็นสิ่งผิดกฎหมาย แม้ว่าฉันจะรู้ แต่ ณ จุดนี้
ฉันรู้สึกเศร้าเกินกว่าจะสนใจ

ฉันกับแม่ต่างทุกข์ทรมานและโหยหาซึ่งกัน
และกัน แม่ต้องการฉัน และฉันก็ต้องการแม่
แม่คงคิดว่าฉันไม่ สนใจ แม่ หรือบางทีฉันอาจ
จะโกรธแม่ ความคิดนี้ไม่เคยเกิดขึ้นกับฉันมา
ก่อนจนกระทั่งบัดนี้

แม่ " ไม่ ได้ โกรธหนูนะ หนูแค่ไม่ อยาก ให้
แม่ต้องเจ็บปวดอีกต่อไป หนูเลยอยู่ห่างๆ ไว้ดี
กว่า หนูไม่ อยาก ให้แม่ต้องเจ็บปวดอีกต่อ
ไป "

เป็น เรื่องน่าเสียดายมากที่ฉันไม่สามารถ ย้อน
เวลากลับไปได้ หากทำได้ คงจะมีการ
เปลี่ยนแปลงมากมายเกิดขึ้น และการอยู่ห่าง
จากแม่ก็เป็นหนึ่งใน นั้น

สถานการณ์ในเดย์โทนาแย่ลงเรื่อยๆ อาร์เจ
พยายามดิ้นรนไม่ให้ใช้ยา แต่เขากลับอ้างว่า
ขายยา ฉันยังคงทำงานที่ร้านอาหารฟาสต์ฟู้ด
และฉันเริ่มสนุกกับงานของตัวเอง เพื่อนร่วม
งานทำให้ประสบการณ์นี้น่าเพลิดเพลิน ฉัน
รู้สึกว่าการทำงานเป็นทางออกจากชีวิตที่เลว
ร้ายที่ฉันต้องอยู่กับอาร์เจ

เพื่อนร่วมงานคนหนึ่งของฉันใจดีกับฉันมาก
เขาชื่ออีธาน เขามีเสียงที่ไพเราะมากเวลาร้อง
เพลง เขาชอบร้องเพลงของวง Surface มาก
ขณะร้องเพลง เขาจะใส่ชื่อฉันแทนเนื้อเพลง
บางส่วน เพลงนี้มีชื่อว่า " HAPPY " ทุกครั้งที่
เพลงนี้เปิดทางวิทยุหรือมีคนเปิดเพลงนี้ใน
ขณะที่เราทำงาน เขาจะร้องทำนองนี้: " Only
you can make me happy, Vikki, Vikki, yeah "

เขาจะร้องเพลงนี้พร้อมกับยิ้มกว้างและ
สวยงาม เขาได้รับความนิยมอย่างมากใน
เมืองเดย์โทนาเนื่องจากเขาเคยเล่นฟุตบอลให้
กับวิทยาลัยเบธูน-คุกแมน สิ่งที่น่าทึ่งเกี่ยวกับ
เขาในฐานะนักฟุตบอลดาวเด่นก็คือเขามีขา
ข้างเดียว แต่ด้วยการเคลื่อนไหวของเขา เขา
สามารถวิ่งแซงหน้าผู้เล่นที่มีสองเท้าได้!

มันน่าทึ่งมากที่ได้เห็น เขาพาฉันไปที่บ้านของ
เขาและแสดงถ้วยรางวัลและรูปถ่ายทั้งหมดที่
เขาได้รับจากอาชีพนักฟุตบอลของเขาที่เบธูน
ให้ฉันดู หัวใจและบุคลิกที่อ่อนโยนของเขา
ทำให้เขาเป็นดาราในสายตาของฉันแล้ว

ผู้ชายหลายคนชอบฉัน และฉัน แน่ใจ ว่าพวก
เขาทุกคนรู้สถานการณ์ของฉัน แม้ว่าจะไม่มี
ใครพูดถึงเรื่องนี้เลย และไม่มีใครเคยล้ำเส้น
ในทางใดทางหนึ่งหรือดูหมิ่นฉันเลย

อีธานรู้เรื่องสถานการณ์ของฉันเป็นอย่างดี
เพราะเขาจะช่วยฉันจัดการกับปัญหาของอาร์
เจและการติดยาของเขา อาร์เจเริ่มใช้
ผลิตภัณฑ์ที่เขาอ้างว่าขาย ซึ่งเป็นสิ่งที่เขาไม่
ควรลองทำเลย

หากคุณรู้ว่าตัวเองมีจุดอ่อนในบางด้านของ
ชีวิต ทำไมคุณถึงปล่อยให้จุดอ่อนนั้นเข้ามา
และทำให้ตัวเองล้มเหลว เรื่องนี้ใช้ได้กับทุก
อย่าง ไม่ใช่ แค่ยาเสพติดเท่านั้น หากคุณมีจุด
อ่อนที่ไม่ดีต่อสุขภาพ อย่า ปล่อย ให้มันเข้า
มา ในโลกนี้มีสิ่งล่อใจและความท้าทาย
มากมายรอคุณอยู่ ดังนั้นทำไมคุณถึงต้องต่อสู้
ต่อไปอีก?

" ความรู้สึก " มากขึ้นเล็กน้อย เกี่ยวกับสิ่งที่
ฉันสามารถทำได้เพื่อช่วยเหลือ RJ ในไม่ช้า
ฉันก็เรียนรู้ว่าฉันไม่สามารถ ช่วย คนที่ไม่

ต้องการ ความช่วยเหลือได้ บางทีเขาอาจ
ต้องการความช่วยเหลือและเกลียดความจริงที่
ว่ายาตัวนี้ควบคุมเขา

อย่างไรก็ตาม ฉันให้อีธานขับรถพาฉันไปที่
ศูนย์บำบัดยาเสพติด เพื่อหาคำตอบว่าผู้ป่วย
จะเข้ารับการบำบัดได้อย่างไร ฉันได้รับคำ
แนะนำ แม้ว่าฉันอยากรู้ว่าวิธีนี้ได้ผลอย่างไร
แต่อาร์เจกลับต้องการความช่วยเหลือสำหรับ
ตัวเอง และเขาก็ไม่ ต้องการ ดังนั้นเราจึงส่ง
เขาเข้ารับการบำบัด ซึ่ง ไม่ นาน นัก

ฉันขอให้อีธานขับรถพาฉันกลับไปที่ศูนย์
บำบัดเพื่อตรวจดูอาร์เจว่าเขาต้องการอะไร
หรือไม่ ฉันอยากให้อาร์เจหยุดพฤติกรรมนั้น
จริงๆ และฉันก็ทำทุกวิถีทางเพื่อช่วยเหลือและ
สนับสนุนเขา

" คุณบราวน์เช็คเอาท์แล้ว " พวกเขาบอกฉัน
เมื่อฉันเดินเข้าไปข้างใน

ฉันรู้สึกแย่มาก อีธานไม่เคยพูดอะไรเลย
แม้ว่าฉันจะเห็นว่าเขาเห็นอกเห็นใจ

สถานการณ์ที่ฉันเผชิญอยู่ก็ตาม ฉันไม่รู้ ว่า
จะเริ่มตามหาอาร์เจจากตรงไหนดี และฉันก็
ไม่ได้ พยายาม ทุกครั้งที่เขาใช้ยา ฉันก็ไม่
สามารถหาเขาเจอเลย เพราะเขาไม่ อยาก ถูก
พบ

อีธานพยายามทำให้ฉันยิ้ม แต่ก็ไม่เป็นผล ถึง
แม้ว่าเขาจะทำให้ฉันอบอุ่นหัวใจด้วยความ
ห่วงใยที่จริงใจของเขาก็ตาม

# บทที่ 28

## เมื่อไหร่ก็ได้ ที่ไหนก็ได้

อาร์เจ บราวน์ มักจะโกรธอยู่เสมอ ดูเหมือนว่า
สิ่งเดียวที่ฉันจำได้คือความโกรธจากเขา จำ
ช่วงเวลาที่มีความสุขหรือช่วงเวลาที่เขายิ้ม
หรือฉันยิ้มไปกับเขาได้ยาก ครั้งเดียวที่ฉันยิ้ม
ได้คือตอนที่ทำงาน คนเราจะอยู่กับคนๆ หนึ่ง
โดยไม่เคยยิ้มได้อย่างไร นี่เท่ากับเป็นความ
ทุกข์! เขามักจะโกรธ ขุ่นเคือง หรือรุนแรงอยู่
เสมอ

เขาเริ่มควบคุมตัวเองไม่ได้มากขึ้นเรื่อยๆ ฉัน
คิดว่าเป็นเพราะเราอยู่ในเมืองใหญ่ที่สามารถ
เข้าถึงยาเสพติดได้ง่ายและมีมากมาย ยิ่งเมือง
ใหญ่ ความเสียหายก็ยิ่งมากขึ้น

ฉันมั่นใจมากว่าวันนั้น อาร์เจต้องสูบเบส (ชื่อ
ถนนที่แปลว่าแคร็ก) แน่ๆ เขาทำหน้าแบบนั้น
และตะโกนใส่ฉันต่อหน้าทุกคนที่ยืนอยู่แถว

นั้น คนที่ไม่ได้อยู่ ข้าง นอกก็ออกมาดูว่าเกิด
อะไรขึ้น

มีบางอย่างสะกิดใจฉัน ... ไม่มีใครพยายาม
หยุดอะไรทั้งนั้น! ดูเหมือนว่าผู้คนจะรู้สึกตื่น
เต้นเมื่อได้เห็นละครประเภทนี้ ฮึม! นี่เป็นเรื่อง
ที่ต้องคิด!

อย่างที่ฉันพูดไป เขาตะโกนและด่าฉัน แล้วจู่ๆ
เขาก็ตบฉันอย่างแรง

" ปัง! "

เขาตีหน้าฉันอย่างแรงจนต่างหูหลุดออกจาก
หู! ต่างหูหลุดออกไปบนถนน

ฉันไม่ได้พูดอะไรเลย ฉันไม่ได้ ร้องไห้ หรือ
อะไรเลย ฉันเดินไปที่ต่างหูของตัวเองอย่าง
ใจเย็น หยิบมันขึ้นมาอย่างภาคภูมิใจและสง่า
งามที่สุดเท่าที่จะทำได้ ฉันเดินหนีจากเขา
อย่างช้าๆ ไปตามถนน และห่างจากฝูงชน ฉัน
ไม่รู้สึกเจ็บปวดเลย ฉันคิดว่านี่เป็นจุดที่ฉัน
เรียนรู้ที่จะเก็บงำความโกรธแทนที่จะปล่อย

ให้ตัวเอง "รู้สึก" เจ็บปวด ในที่สุด ฉันก็เรียนรู้
ที่จะเก็บงำความโกรธโดยไม่รู้สึกเจ็บปวดเลย
ดังที่คุณจะเห็น นี่คือผลงานการสร้างสรรค์
ของสัตว์ประหลาด

ครั้งสุดท้ายที่ฉันจำได้ชัดเจนว่า RJ ตีฉันคือ
ตอนที่เราไม่ได้อยู่กับพี่ชายและเพื่อนๆ ของ
เขาแล้ว เขาเริ่มสูบบุหรี่อีกครั้ง และสูบใน
ปริมาณที่มากขึ้นเพราะได้รับควันมากขึ้น เขา
จะโกหกและบอกว่าเขาไม่ได้ สูบ บุหรี่ แต่
คนในบ้านของเราจะแสดง " เครื่องมือ " ของ
เขาให้ฉันดู ซึ่งซ่อนอยู่หลังอาหารกระป๋องใน
ตู้ครัว

คนพวกนี้ ไม่ ได้มีมันอยู่ในอพาร์ตเมนต์ของ
พวกเขา ฉันไม่ โทษ พวกเขา!

ตามปกติแล้วเราต้องไป แต่โชคร้ายที่เมื่อเกิด
เรื่องกับ RJ มันก็เกิดขึ้นกับฉันด้วย และเขาจะ
ตีฉันเมื่อไหร่ก็ได้ที่ไหนก็ได้

บาดแผลทางใจ ภาค 1

# บทที่ 29

## ริมชายหาด

หลังจากที่เราติดยาในอพาร์ทเมนต์ของเพื่อน
เรา ถูกบังคับให้หาที่อยู่ใหม่ เราพบโมเทลริม
ชายหาดเดย์โทนา

คืนหนึ่ง ฉันนั่งแท็กซี่กลับโมเทลจากที่ทำงาน
ตอนนั้นน่าจะประมาณ 23.00 น. อาร์เจคงลืม
ไปว่าฉันจะมาถึงตอนนั้น หรือไม่ก็ตื่นสายเกิน
กว่าจะสนใจ เขานั่งอยู่บนเตียงโดยถือไปป์ไว้
ในมือข้างหนึ่งและไฟแช็กอีกข้างหนึ่ง เขามี
เหงื่อออกมากมาย

นี่จะเป็นครั้งแรกและครั้งเดียวที่ฉัน เห็น RJ
เป็นแบบนี้ พร้อมยาและอุปกรณ์ที่ใช้ได้ในมือ
ของเขา ... สูง เขาคงสูบบุหรี่ไม่หยุดมาสักพัก
แล้ว โดยใช้เงินกำไร ที่ ได้จากการขายยาใน
ตอนแรกหมดไป ฉันไม่รู้ ว่า รู้สึกอย่างไรเมื่อ
เห็นสิ่งนี้ แม้ว่าฉันจะจำได้ว่าพยายามหาว่า
อะไรสำคัญกว่าสำหรับ RJ

" อาร์เจ ฉันอยากให้คุณกับฉันสนิทกัน
มากกว่านี้ " ฉันพูดขึ้นโดยต้องการดูว่าฉัน
สำคัญกับเขามากกว่ายาหรือเปล่า ยานั้น
สำคัญกว่าฉันมาก! ฉันไม่ คิด เลยด้วยซ้ำ!

หลังจากที่ฉันวางถุงอาหารที่เอามาให้เขาลง
อา ร์เจก็เริ่มมีท่าทางผิดปกติและโกรธจัดทั้ง
บนใบหน้าและดวงตาของเขา

" รอตรงนี้ก่อน "

ฉันคิดกับตัวเองว่า ' เขากำลังทำอะไรอยู่ '

" ฉัน จะ ไปตรวจบางอย่าง! "

ฉันยืนอยู่ตรงนั้นด้วยความสับสนและงุนงง

" ถ้าฉันคิดแบบนั้น ฉัน จะ ฆ่าคุณเมื่อฉันกลับ
มา! "

" อะไรนะ คุณกำลังพูดเรื่องอะไร " ฉันพูด
ด้วยความตกใจ

ฉัน ไม่ เสียเวลาพยายามหาคำตอบว่าเขา
หมายถึงอะไร เมื่อเขาบอกว่าเขาจะฆ่าฉัน ฉัน
ก็เชื่อเขาสุดหัวใจ

เมื่อเขาโดดขึ้นไปบนจักรยาน — เขาใช้
จักรยานของ คน อื่น — และมุ่งหน้าขึ้นถนน
เพื่อค้นหาใครก็ตามที่เขากำลังตามหาอยู่ ฉัน
ก็รีบวิ่งจากประตูหนึ่งไปอีกประตูหนึ่ง ทุบ
ประตูโรงแรม ตะโกนและกรีดร้องเพื่อเอาชีวิต
รอด!

" ช่วยฉันด้วย! ช่วยฉันด้วย! "

ฉันกลัวมาก ฉันเชื่อ RJ เมื่อเขาบอกว่าเขาจะ
ฆ่าฉัน มากกว่า ที่ฉันเคยเชื่อมาตลอดระยะ
เวลา ที่ อยู่ กับเขา เมื่อฉันไปถึงประตูที่ห้าหรือ
หก RJ ก็กลับมาแล้ว เขาโดดลงจากจักรยาน
คันนั้นในขณะที่มันยังหมุนอยู่

" ปัง! "

เขาฟาดฉันอย่างรุนแรงจนฉันล้มลงกับพื้น
เมื่อฉันล้มลง เขาก็ไม่ หยุด ! เขาฟาดฉันด้วย
พลังทั้งหมดที่เขามีอยู่บนหัวของฉัน

มัน น่า เศร้ามาก ฉันเห็นหญิงสาวคนนั้นนอน
อยู่บนพื้น หดตัวจากแรงกระแทกที่ตีเธอ สิ่ง
เดียวที่ฉันทำได้คือขดตัวในท่าหมอบ เอาหัว
ลงให้มากที่สุดเท่าที่จะทำได้ระหว่างขาทั้ง
สองข้าง พับแขนไว้เหนือหัวเพื่อปกป้องตัวเอง
ให้มากที่สุด

" กรุณาหยุดตีฉัน กรุณาหยุดทำร้ายฉัน "

จิตใจของฉันไม่ เข้าใจ ว่าทำไมเรื่องแบบนี้ถึง
เกิดขึ้นกับฉัน ทำไม?

" หยุดตีฉันเถอะนะ RJ! คุณกำลังทำให้ฉันเจ็บ
คุณไม่ เห็น เหรอ? "

ฉันทำอะไรไม่ได้ เลย ไม่มีอะไรเกิดขึ้น เขา
หายไปหมดสิ้น ไร้การควบคุม! เมื่อมองย้อน
กลับไป ฉันคิดว่าจิตใจของเขาคงตกใจมาก
เมื่อฉันถามเขาว่ามีอะไรกันหรือเปล่า ทันใด

240

นั้นเขาก็คิดถึงฉันกับผู้ชายอีกคนหรืออะไร ประมาณนั้น นั่นต้องเป็นกรณีที่เขาต้องพูดว่า " ถ้าฉันคิดแบบนั้น เมื่อฉันกลับมา ฉันจะฆ่า คุณ! "

ทั้งหมดนี้ไม่สำคัญเลย RJ ไม่มีสิทธิ์ที่จะปฏิบัติ กับฉันแบบนี้! ไม่มีมนุษย์คนใดมีสิทธิ์ที่จะ เอาชนะใครได้ โดยเฉพาะคนที่คุณอ้างว่ารัก!

ฉันกลัวจนตัวสั่น โดนตีที่ศีรษะไม่หยุด นอน หมอบอยู่บนลานจอดรถลาดยางกลางดึกโดย ชายป่าร่างสูงใหญ่ที่ยืนอยู่เหนือฉัน ฉันเริ่ม สั่นอย่างรุนแรง ฉันจำไม่ได้ว่า ร้องไห้ ฉันจำ ได้แค่ว่าฉันกุมหัวตัวเองแน่นที่สุดเท่าที่จะ ทำได้ในขณะที่ร่างกายสั่นอย่างควบคุมไม่ได้ ร่างกายของฉันหยุดสั่นไม่ได้เลย

จู่ๆ รถตำรวจก็หมุนเข้ามาในลานจอดรถ เหมือนกับหน่วย SWAT!

ตอนแรกฉัน ไม่ ได้ยินเสียงพวกเขา RJ ได้ยิน แต่เขาไม่สามารถ หยุด ตัวเองได้ทันเวลา พอที่จะต่อยหัวฉัน ทันทีที่เจ้าหน้าที่คนหนึ่ง

กระโดดออกจากรถ พวกเขาก็บังคับให้ RJ
ก้าวถอยหลัง เขายืนนิ่งอยู่ตรงนั้นด้วยท่าทาง
สับสนและดุร้าย

ฉันลุกขึ้นจากทางเท้าได้สำเร็จ ฉันจำไม่ได้
ว่า เจ้าหน้าที่คนที่สองช่วยฉันลุกขึ้นหรือว่า
ฉันลุกขึ้นเองได้

" คุณอยากอยู่ที่นี่ไหม " เจ้าหน้าที่คนหนึ่ง
ถาม

" ไม่ " ฉันบอกเขา

เมื่อถึงเวลานั้น RJ ก็เริ่มร้องไห้ ขอร้องฉันไม่
ให้ไป

" วิกกี้ อย่า ไป ... บอก พวกเขาว่าฉัน ไม่ ได้
ทำร้ายคุณ "

เขาพยายามก้าวเข้ามาใกล้ฉัน

ข้าพเจ้ายืนตัวสั่นอยู่ข้างหลังเจ้าหน้าที่เหมือน
สัตว์ที่ได้รับบาดเจ็บ

" คุณจะเห็นว่าเธอหวาดกลัวคุณ " เจ้าหน้าที่คนหนึ่งกล่าว

" ถอยกลับไป! "

การที่ฉันขดตัวหนีนั้นแสดงให้เห็นถึงความเสียหายที่เกิดขึ้น ฉันไม่สามารถ เงย หน้าขึ้นเพื่อช่วยชีวิตตัวเองได้ ฉันก้มหน้าลงและจ้องมองไปที่พื้นอย่างไม่ละสายตา ... ได้รับบาดเจ็บจากคนที่ฉัน ตกหลุม รักอย่างเลวร้ายที่สุด

หากมีคนเตะหรือตีสุนัข สุนัขตัวนั้นจะเอาหางไว้ระหว่างขาแล้ววิ่งหนีจากคนที่ทำร้ายเขา หากคนๆ นั้นเข้ามาใกล้ ความกลัวจะเข้าครอบงำดวงตาของสัตว์ที่บาดเจ็บตัวนั้น ความกลัวเข้าครอบงำฉันในคืนนั้น ฉันเงยหน้าขึ้นไม่ได้ ฉัน กลัวผู้ชายคนนี้ ฉันกลัวรักแท้ของฉัน นี่ไม่ใช่สิ่งที่ควรจะเป็น!

# บทที่ 30

## ผลที่ตามมา

ฉันไม่ใช่ หมา นะ อาร์เจ ฉันเป็นเพียงคนๆ
หนึ่งที่รักคุณ

" คุณต้องการเข้าไปเอาของไหม? " เจ้าหน้าที่
ถาม

" ใช่ " ฉันตอบเบาๆ แทบจะเป็นกระซิบ

เจ้าหน้าที่เห็นว่าฉันตกใจกลัว เขาเดินพาฉัน
ไปที่ห้องที่ฉันเก็บข้าวของอย่างอบอุ่น เขาไม่
ยอม ให้ฉันขนของคนเดียว เขาพาฉันไปและ
กลับจากห้องโดยปกป้องฉันจาก RJ ในขณะ
นั้น ฉันรู้สึกปลอดภัย ฉันต้องการหนีจาก
ผู้ชายคนนี้ … เดี๋ยวนี้!

ฉันขึ้นไปนั่งที่เบาะหลังของรถตำรวจ ซึ่งเป็น
ครั้งแรกที่ฉันขึ้นรถตำรวจ อาร์เจยืนร้องไห้
และขอร้องฉันไม่ให้ไป ตอนนั้นเอง รถตำรวจ

อีกคันก็เข้ามาจอดที่เกิดเหตุ ขณะที่เรากำลัง
ขับรถออกไป ฉันหันกลับไปมองและเห็นอาร์
เจทะเลาะกับเจ้าหน้าที่อย่างดุเดือด ฉันได้ยิน
พวกเขาพูดทางวิทยุว่าอาร์เจมีมีด

ฉันนั่งอยู่ที่เบาะหลังของรถคันนั้น รู้สึกสงบ
และปลอดภัยเหมือนตอนที่ได้สัมผัสพื้นใน
บ้านเพื่อนร่วมชั้นเรียนเมื่อไม่กี่เดือนก่อน ฉัน
ไม่รู้ว่า ตัว เองกำลังมุ่งหน้าไปที่ไหนหรือจะ
ทำอะไร รู้เพียงแต่ว่าฉันไม่ อยาก อยู่ใกล้ RJ
ตอนนี้ฉันกำลังเดินทางไปไหนก็ไม่รู้

" คุณมีสมาชิกในครอบครัวอยู่ใกล้ๆ ไหม "
เจ้าหน้าที่คนหนึ่งถาม

" ไม่ " ฉันตอบ เพราะรู้สึกว่าจิตใจยังห่างไกล

ฉันไม่ เชื่อ เลยว่าเรื่องนี้จะเกิดขึ้นกับฉัน ฉัน
ตกใจอีกครั้ง เจ้าหน้าที่ตำรวจขับรถพาฉันไป
ที่สถานีตำรวจ ฉันอ่อนแอที่สุด หมดเรี่ยวแรง
ไปหมด ฉันเดินไปที่โทรศัพท์สาธารณะเพื่อ
โทรหาคุณย่า (แม่ของแม่ ) ให้มารับฉัน ฉัน
เลือกที่จะโทรหาเธอเพราะฉันไม่ อยาก ทำให้

แม่ของฉันอารมณ์เสียไปมากกว่าที่เธอ เคย
อารมณ์เสียมาก่อน

แม่ของฉันป่วยทางจิตอยู่แล้ว เธอไม่สามารถ
รับมือ กับมันได้อีกต่อไป หรืออย่างน้อยนั่น
คือ สิ่งที่ฉันคิด ฉันยังไม่ อยาก ให้แม่ของฉัน
เจ็บปวด และตอนนี้ฉันรู้สึกว่าจำเป็นต้องอยู่
ห่างๆ มากขึ้น

ฉันรู้สึกเจ็บปวดกับเด็กสาวคนนั้นมาก มัน
ทำให้ฉันเจ็บปวดเมื่อต้อง "มอง" ดูสิ่งนี้ เพื่อดู
ชีวิตของฉันทั้งหมด ฉันร้องไห้ให้กับเด็กสาว
คนนั้น และคนไร้เดียงสาคนนั้นก็คือตัวฉันเอง
ฉันหยุดร้องไห้ไม่ได้เลย สำหรับ คนที่เคยเป็น
และสำหรับสิ่งที่เกิดขึ้นกับฉัน ฉันไม่ สมควร
ได้รับสิ่งนี้ มันเป็นเรื่องผิดที่ RJ ทำร้ายฉันแบบ
นั้น คุณไม่ ควร ทำร้ายคนที่คุณรัก เราไม่
ควร ทำร้ายใคร

ผู้คน ไม่ ได้ถูกสร้างมาเพื่อให้ถูกตี ถูกทุบตี
หรือถูกปฏิบัติอย่างไม่ดี เราควรได้รับความรัก
ความรักคือเหตุผลที่เราอยู่ที่นี่ แต่ความเจ็บ
ปวดและความเจ็บช้ำคือสิ่งเดียวที่เรารู้สึก

ความทุกข์ทรมานดูเหมือนจะเป็นสิ่งเดียวที่ฉัน
รู้สึกในช่วงเวลานี้ของชีวิต

' เหตุใดฉันจึงเกิดมาเพื่อสิ่งนี้? '

ฉันจำได้ว่าครั้งหนึ่งแม่เคยถามฉันว่า " วิกกี้ ดู
เหมือนลูกจะมีความสุขมากที่ได้มาอยู่ที่นี่  (มี
ชีวิตอยู่) " แล้วแม่ ก็ ถามฉันว่า " วิกกี้ ลูกดีใจ
ไหมที่เกิดมา? "

" ใช่ " ฉันตอบเธอด้วยความยินดี

ตอนนั้น  ฉันไม่รู้ว่าความเจ็บปวดคืออะไรหรือ
มันรู้สึกอย่างไร  ตั้งแต่นั้นเป็นต้นมา  ฉัน
ร้องขอความตาย และสถานการณ์ต่างๆ ก็เกิด
ขึ้นเพื่อที่จะทำให้ชีวิตของฉันจบลง

เมื่อคิดดูตอนนี้ ก็ เห็นได้ชัดว่าแม่ของฉันต้อง
เคยผ่านความเจ็บปวดในชีวิตมาไม่น้อย  ไม่
เช่นนั้น เธอคงไม่ถามคำถามนี้กับฉัน ฉันต้อง
มีอายุประมาณสิบสี่ปีเมื่อเธอถามคำถามนี้กับ
ฉัน

คำถามนั้นยังคงติดอยู่ในใจฉันจนถึงทุกวันนี้ แม่ของฉันคงเหนื่อยหน่ายกับความเจ็บปวด ในชีวิตของตัวเอง และมองว่าความสุขของ ลูกสาวที่ยังมีชีวิตอยู่เป็นเหตุผลที่ทำให้เธอยิ้ม ได้

ตอนนี้ฉันเข้าใจความรู้สึกที่ซ่อนอยู่ในชีวิต ของเธอในช่วงเวลาที่เธอถามฉันแบบนี้แล้ว โดยทั่วไป เมื่อถูกถามคำถามจริงจัง ฉัน ได้ เรียนรู้ว่ามักจะมีความหมายที่ลึกซึ้งกว่านั้นอยู่ เบื้องหลังคำถามเหล่านั้น

แม่ของฉัน ไม่ พอใจเมื่อถามฉันแบบนี้ แม้ว่า ตอนนั้นฉันจะไม่เคยเห็นแม่ไม่สบายใจเลย ก็ตาม เวลาจะเป็นเครื่องพิสูจน์ว่าแม่เริ่มทุกข์ ทรมานจากภายในมากเพียงใด หากฉันมี สติสัมปชัญญะครึ่งหนึ่งของตอนนี้...

คุณยาย ไม่ ได้มารับฉันในคืนนั้น เธอกล่าวว่า " ฉัน จะ ไม่ไปที่นั่นเด็ดขาด "

ฉัน ไม่ค่อย เข้าใจนักว่าทำไม แต่ความเข้าใจ
ปัจจุบันของฉันคือเธอ ไม่รู้ ว่าจะไปยังสถานที่
นั้นได้อย่างไร

ฉันรู้ว่าถ้าฉันโทรหาแม่ เธอก็คงหาฉันเจอ ...
ไม่ต้องถามอะไรทั้งนั้น! ฉันน่าจะโทรหาแม่ใน
คืนนั้น ฉันคิดว่าฉันถึงขั้นบอกคุณย่าว่าจะ
โทรหาแม่แล้วบอกให้เธอมารับฉัน แต่ถ้าฉัน
จำ ไม่ผิด คุณย่าห้ามไม่ให้ฉันทำเช่นนั้น ...
ผิดแล้ว!!! ฉันฟังเธอ เพราะกลัวว่าจะทำให้แม่
เสียใจไปมากกว่านี้ ฉันน่าจะโทรหาแม่ตั้งแต่
แรกแล้ว ฉันเกลียดที่ฉันไม่ได้ทำอย่าง นั้น !

เมื่อเห็นว่าไม่มีใครมารับตัวไป ฉันจึงตั้งสติได้
ฉันมีสติสัมปชัญญะพอที่จะคิดได้ว่าจะทำ
อย่างไรต่อไป ความภาคภูมิใจและศักดิ์ศรี
ของฉันกลับคืนมาทันที ฉันเข้าไปในสถานี
ตำรวจและแจ้ง ให้ พวกเขาทราบ ถึง
สถานการณ์ที่เกิดขึ้น

" บางทีคุณอาจจะไปที่สถานสงเคราะห์ภรรยา
ที่ถูกทารุณกรรมได้ " เจ้าหน้าที่คนหนึ่งกล่าว

" โอเค " ฉันตอบ

พวกเขาโทรไปที่ศูนย์พักพิง  แต่กลับพบว่า
สถานที่นั้นเต็มและไม่มี เตียง ว่างเลย ฉันจึง
ไปนอนที่ศูนย์พักพิงทหารแห่งความรอดใน
คืนนั้น

เมื่อฉันมาถึงโดยแท็กซี่ พนักงานกะกลางคืนก็
มองฉันด้วยสายตาสงสัย  ราวกับจะถามว่า
" คุณมาทำอะไรที่นี่ " เห็นได้ชัดว่าฉัน ไม่
เหมาะกับคนที่ต้องการเตียงในสถาน
สงเคราะห์ คนส่วนใหญ่คิดว่าคนไร้บ้านไม่
อาบ น้ำ ไม่ หวี ผม และไม่ ดูแล ตัวเอง ในคืน
นั้น ฉันเป็นคนไร้บ้าน แต่รู้สึกเหมือนว่าฉันจะ
ไม่ได้รับความช่วยเหลืออย่างที่คนใน
สถานการณ์เดียวกับฉันมักจะได้รับเพราะรูป
ลักษณ์ของฉัน

คนสองคนอาจเผชิญกับสถานการณ์เดียวกัน
ได้ เช่น ไร้บ้านและ/หรือถูกทำร้าย แต่ คน
หนึ่งอาจดูบอบช้ำและมีกลิ่นตัว  ในขณะที่อีก
คนหนึ่งปกปิดรอยแผลเป็นด้วยเครื่องสำอาง
และมีกลิ่นหอมสดชื่น  แม้ว่าทั้งคู่จะอยู่ใน

สถานการณ์เดียวกัน แต่ บ่อยครั้ง ที่ คนที่ดูแย่
กว่าคือผู้ที่ได้รับความช่วยเหลือ

ความสับสนที่ปรากฏบนใบหน้าของพวกเขาก็
หายไปเมื่อฉันขอให้พวกเขาบอกทางให้ฉัน
ไปที่ที่ต้องไป ฉันเดาว่าถ้าตำรวจไม่ โทร มา
หาฉันเพื่อจองเตียง ฉันก็คง ไม่ สามารถนอน
ที่นั่นได้ พวกเขาคงคิดว่าฉันโกหก

เมื่อฉันไปที่เตียงที่พวกเขาให้ฉันนอนในคืน
นั้น คนไร้บ้านคนอื่นๆ คิดว่าฉันเป็นหนึ่งในที่
ปรึกษา อีกครั้ง ฉันถูกตัดสินจากรัศมีและ
เครื่องแต่งกายของฉัน ฉันไม่รู้ว่าฉันรักษา
ศักดิ์ศรีและความนับถือตนเองได้อย่างไรใน
สถานการณ์ที่น่าอับอาย น่ากลัว และสะเทือน
ขวัญเช่นนี้

ฉันต้องยกความดีความชอบนี้ให้กับแม่ ไม่ว่า
ฉันจะต้องผ่านอะไรมาบ้าง รากฐานที่มั่นคงที่
แม่มอบให้ฉันตลอดมาและความรักที่แม่มอบ
ให้ฉันทำให้ฉันมีทุกสิ่งทุกอย่างที่จำเป็นเพื่อ
รักษาศักดิ์ศรีและยืนหยัดอย่างมั่นคงใน
สถานการณ์เช่นนี้

ฉันควรจะพังทลายไปแล้วตอนนี้ แต่ฉัน
พยายามรวบรวมสติและมุ่งเน้นไปที่สิ่งที่ต้อง
ทำในขณะที่ยังรักษาตัวเองไว้

" ขอบคุณแม่ ที่ให้รากฐานที่ฉันต้องการเพื่อ
เป็นผู้หญิงที่มั่นคง มั่นใจ และมีศักดิ์ศรี "

# บทที่ 31

## การเดินทางอันน่ากลัว

เช้าวันรุ่งขึ้น ฉันไปทำงานด้วยความเจ็บปวด
ในใจแต่ก็พยายามรักษาศักดิ์ศรีให้ได้มาก
ที่สุดเท่าที่จะทำได้ต่อหน้าคนที่ห่วงใยฉัน ฉัน
บอกทุกคนว่าฉันต้องลาออกและจะออกจาก
เดย์โทนาบีช

หัวของฉันเต้นตุบๆ จากเมื่อคืน ขณะที่ฉัน
หลับ มีก้อนเนื้อเล็กๆ ก่อตัวขึ้นทั่วหนังศีรษะ
ของฉันจากแรงกระแทกอย่างรุนแรงที่ RJ
ทำร้ายฉัน ฉันคิดว่าคาร์ลเห็นมันอยู่หลังหู
ของฉัน แม้ว่าคาร์ลจะรู้สึกและน่าจะเห็นความ
เสียหายที่เกิดขึ้นกับฉัน แต่เขาไม่เคยพูดอะไร
สักคำ

ดูเหมือนว่าเขารู้ว่าฉันต้องประคองสติเอาไว้
และไม่ได้ มอง หาหรือต้องการคำพูดที่แสดง
ความสงสาร ฉันแค่ต้องการความเข้มแข็งเพื่อ
ทำในสิ่งที่ฉันต้องทำเพื่อตัวเอง คำพูดที่แสดง

ความสงสารเพียงคำเดียวก็ทำให้ฉันแทบคลั่ง
ได้แล้ว

" ฉัน จะ กลับมารับเช็คภายในสองสัปดาห์ "
ฉันพูดกับทุกคน

ฉัน ได้ จัดเตรียมการอาศัยอยู่กับป้าและคาร์
สันลูกพี่ลูกน้องของฉันไว้แล้ว จนกระทั่งฉัน
คิดออกว่าขั้นตอนต่อไปของฉันจะเป็น
อย่างไร

คาร์สันกับฉันสนิทกันมาก เขาเป็นคนตัวใหญ่
สูง 6 ฟุต 4 นิ้ว และหนักเพียง 275 ปอนด์ เขา
ไม่ใช่คนที่จะเล่นด้วยได้ และไม่ค่อยยอมรับ
ความโง่เขลา โดยเฉพาะเมื่อเป็นเรื่องของฉัน
เขาทำงานเป็นการ์ดในไนท์คลับที่ฮอตที่สุด
แห่งหนึ่งในพาลาตกา

ฉันนั่งรถบัส Greyhound ไป Palatka คาร์สัน
กำลังรอฉันอยู่เมื่อฉันมาถึง ฉันพูดคุย และเขา
ตั้งใจฟังในขณะที่ฉันเล่าให้เขาฟังถึงสิ่งที่เกิด
ขึ้นระหว่างฉันกับอาร์เจ คาร์สันโกรธมาก
เกี่ยวกับเรื่องนี้ แต่เขาไม่ ยอม ให้ฉันรู้สึกแย่

เขาพาฉันไปที่คลับและสถานที่ต่างๆ และ
แนะนำฉันให้ทุกคนรู้จัก

อย่างไรก็ตาม คาร์สันเป็นคนสอนท่าเต้น
ทั้งหมดให้ฉันตลอดช่วงวัยรุ่นของฉัน — โดด
เด่น และล็อก ตัว ฉัน เรียน รู้ท่าเต้นของเขา
และ " จัดการ " ตามที่ควรจะเป็น เรา ฝึก ซ้อม
กันเกือบทั้งวัน โดยจัดท่าเต้นของเราเองและ
เต้นรำกัน คาร์สันทำให้ฉันรู้สึกดีขึ้นมาก ฉัน
ไม่ คิดถึง อาร์เจเลย ลูกพี่ลูกน้องของฉันอยาก
ให้ฉันยิ้มและมีความสุข และมันก็ได้ผล!

ขณะที่ฉันอาศัยอยู่กับป้าและคาร์สัน ฉันเกือบ
เสียชีวิต ฉันกำลังนั่งรถหรูคันหนึ่งกับเพื่อน
ของคาร์สัน รถ ที่เขาขับเป็นรุ่นใหม่ล่าสุด ล้ำ
สมัยและน่าประทับใจ ชายคนนั้นพยายาม
อวดอุปกรณ์ต่างๆ ที่ติดตั้งไว้ในรถ แต่ไม่รู้เลย
ว่ารถคันนั้นถูกขโมยไป!

ขณะที่เรากำลังเดินไปตามถนนสายหลักสาย
หนึ่ง ตำรวจก็จอดรถตามหลังเราและเริ่ม
ติดตามเรา ฉันไม่ได้ คิด อะไร แต่ฉันจำได้ว่า
ผู้ชายคนนี้ดูหวาดระแวงแค่ไหนในขณะที่

มองกระจกมองข้าง ทันทีที่ตำรวจเปิดไฟแดง และน้ำเงิน ผู้ชายคนนี้ก็ตกใจจนล้มลง!

เสียงไซเรนตำรวจดังขึ้น!

" โอ้ ไม่นะ เกิดอะไรขึ้นเนี่ย "

ฉันพบว่าตัวเองอยู่ท่ามกลางการไล่ล่าด้วย ความเร็วสูง ชายคนนั้นขับรถคันนั้นราวกับว่า เขากำลังอยู่ในเดย์โทนา 500 โดยเข้าโค้งด้วย ความเร็วสูงสุด ในที่สุด เขาก็เลี้ยวเข้าถนนที่ เป็นทางตัน ทันทีที่เขามาถึงปลายถนน เขาก็ กระโดดออกจากรถด้วยเท้า วิ่งเร็วกว่ารถที่ เขาเพิ่งกระโดดออกมาเสียอีก!

รถลื่นชนเสาแล้วเด้งออกก่อนจะกระโดดออก มา

ฉากทั้งหมดนี้ทำให้ฉันต้องเผชิญหน้ากับ ตำรวจ ฉันแทบจะติดขัดเพราะตำแหน่งของ รถ ฝั่งของฉัน (ฝั่งผู้โดยสาร) ถูกปิดโดยเสาที่ เรา ชน ! ฉันมีพื้นที่เพียงพอที่จะออกไปยืนขึ้น ฉันไม่ได้ พยายาม วิ่งหนี เหตุผลหนึ่งที่ฉันไม่

วิ่ง หนีก็คือฉันไม่ค่อย แน่ใจ ว่าฉันจะวิ่งหนี
จากอะไร ฉันไม่ได้ ทำ อะไรผิด และฉัน ไม่
เข้าใจว่าทำไมเขาถึงวิ่งหนีในตอนแรก

เหตุผลที่สองที่ฉันไม่ วิ่ง ก็คือฉันตกตะลึงและ
สับสนจนไม่รู้ว่าต้องทำอย่างไร ทุกอย่างเกิด
ขึ้นเร็วมาก!

แม้จะสับสนอยู่บ้าง ฉันก็เปิดประตูรถอย่าง
ใจเย็นและลงจากรถ ขณะที่กำลังจะก้าวออก
ไป เจ้าหน้าที่คนหนึ่งก็วิ่งผ่านฉันไป ไล่ตาม
ชายที่วิ่งหนี ฉันไม่รู้ว่าพวกเขาจะจับเขาได้
หรือไม่ และฉันก็ ไม่ สนใจ

เจ้าหน้าที่คนที่สองเข้ามาหาฉัน

" เกิด อะไร ขึ้นกับรถคันนี้ " เขาถาม

" ฉัน ไม่รู้ อะไรเกี่ยวกับรถคันนี้เลย ฉัน แค่
มาเยี่ยมเมืองปาลาตกา ฉัน ไม่ ได้มาจากที่นี่ "
ฉันพูด

ตอนนั้นฉันมีสูติบัตรติดตัวอยู่ — แม้จะจำไม่
ได้ ว่า เพราะอะไรก็ตาม ถึงกระนั้น ฉันก็แสดง
ให้เขาดู ซึ่งทำให้เขาสบายใจว่าฉันพูดความ
จริงเกี่ยวกับการมาเยี่ยมเยียนในเมืองนี้
เท่านั้น เนื่องจากฉันเกิดที่เมืองบีคอน รัฐ
นิวยอร์ก ตามที่ระบุไว้ในสูติบัตร เจ้าหน้าที่จึง
ปล่อยฉันไป

สิ่งหนึ่ง ที่ แน่นอนคือ เมื่อคุณ ขับ รถกับใคร
สักคน คุณ ควร จะรู้ว่าเกิดอะไร ขึ้น มิฉะนั้น
คุณอาจติดขัดได้ง่าย ๆ เช่น พบว่าตัวเองติด
อยู่ในสถานการณ์ที่ร้ายแรง หรือในบางกรณี
อาจลงเอยในคุกระหว่างทางไปเรือนจำ! รถ
ถูกขโมย ยาเสพติดในรถหรือบนตัวคน การ
ขับรถกับคนที่ ต้องการ ตัว อาจ เป็นอะไรก็ได้

วิธีที่ดีที่สุดในการปกป้องตัวเองจากเหตุการณ์
ดังกล่าวคืออย่าขับรถร่วมกับคนแปลกหน้า
และอย่าระแวงคนรู้จักของคุณ ผู้คนจะไม่บอก
ความจริงเกี่ยวกับเรื่องที่พวกเขาเกี่ยวข้อง
ด้วยกับคุณ และจะไม่สารภาพเรื่องที่อาจ
ทำให้คุณหวาดกลัว โดยไม่สนใจว่าเรื่องดัง

กล่าวจะเป็นอันตรายต่อความปลอดภัยและ
อิสรภาพของคุณ หรือ อาจถึงขั้นชีวิตของคุณ
ก็ได้!

บาดแผลทางใจ ภาค 1

# บทที่ 32

## พูดไม่ออก

เวลาผ่านไปสองสัปดาห์ ซึ่งหมายความว่าฉัน
ต้องไปรับเงินเดือนที่เดย์โทนา คาร์สันและฉัน
ขึ้นรถบัสจากพาลาตกาไปเดย์โทนา

เมื่อในที่สุดเราก็มาถึงงานเก่าของฉัน ลองเดา
ดูสิว่าใครกำลังลงจากรถและรออยู่ใน ลาน
จอดรถของร้านอาหารฟาสต์ฟู้ด ฉันแทบไม่
เชื่อ ใน สิ่งที่เห็นเลย ... RJ!

เขาคงยืนรอและวนเวียนอยู่แถวนั้นเป็นเวลา
นาน เขาไม่มี สัญชาตญาณ พอที่จะรู้ว่าฉันจะ
ไปถึงเมื่อไหร่เพื่อรับเช็ค ผู้ชายคนนี้จะรู้ได้
อย่างไรว่าฉันจะไปโผล่ที่นั่นเมื่อไหร่

ณ จุดนี้ อาร์เจไม่รู้ว่าฉันไปไหน เขา รู้เพียง
ว่าฉันทิ้งเขาไว้ ครั้งสุดท้ายที่เขาเห็นฉัน ฉัน
ถูกดึงตัวลงจากเบาะหลังรถตำรวจ เห็นได้ชัด
ว่าเขารู้ว่าฉันต้องมารับเช็ค เขา น่า จะไปที่

ทำงานของฉันและถามอดีตเพื่อนร่วมงาน
เกี่ยวกับฉัน

ทันทีที่ฉันเดินเลยมุมถนนไปและเห็นเขา ฉัน
รู้สึกราวกับว่าเขาและฉันเป็นเพียงสองคนใน
ละแวกนั้น เขาดูสิ้นหวังและอ่อนแอมาก เขา
มักจะดูเข้มแข็งอยู่เสมอ แต่ไม่ใช่ในวันนี้ เขา
ดูเศร้าโศกมาก

ฉันสังเกตเห็นเฝือกที่ข้อมือของเขาในทันที
ต่อมาฉันจึงเข้าใจว่าเขาได้รับบาดเจ็บที่ข้อมือ
ในคืนที่เขาทำร้ายฉัน

แม้ว่าเขาจะดูหดหู่ใจ แต่เขาก็ดูไม่เหมือน
อย่างที่ฉัน ทิ้ง เขาไว้เมื่อคืนนี้เลย เขา
ทำความสะอาดตัวแล้วและดูเหมือนว่าเขา พัก
ผ่อน เพียงพอ

สิ่งที่แปลกประหลาดเกี่ยวกับการเผชิญหน้า
ทั้งหมดนี้ รวมถึงเหตุการณ์ที่เลวร้ายที่สุดก็คือ
ฉันไม่เคยรู้สึกโกรธผู้ชายคนนี้ เลย มีเพียง
ความเจ็บปวดและความสับสนว่าทำไมเขาถึง

ทำร้ายฉัน ครั้งเดียวที่ฉันรู้สึกโกรธคือคืนที่
เขาทำร้ายพ่อของฉัน

ความโกรธเป็นอารมณ์ที่ฉันไม่เคยคุ้นเคยมา
ก่อน จนถึงจุดนั้น ฉันอาจรู้สึกโกรธในชีวิต
แต่ฉัน ไม่ เคยรู้ว่าความรู้สึกโกรธคืออะไร แม้
กระทั่งตอนที่ฉันเห็น RJ ในขณะนี้ ใจของฉัน
ก็ออกไปหาเขา ฉันยังคงมีหัวใจ แม้กระทั่ง
สำหรับคนที่ทำให้ฉันเจ็บปวด ไม่ ฉันไม่ได้
ละลายและ " ตาเป็นประกาย " แต่ฉันรู้สึก
สงสารมนุษย์คนนี้ในสภาพที่แตกสลายที่ฉัน
เห็นเขาในวันนั้น เมื่อฉันมองย้อนกลับไปใน
ช่วงเวลานั้น ฉันยังคงรู้สึกสงสารจิตวิญญาณ
ที่แตกสลายนั้นเหมือนเดิม

อย่างไรก็ตาม คาร์สันอยู่ข้างหลังฉัน คอย
ปกป้องฉันราวกับเป็นบอดี้การ์ด เขาขี่ม้ามา
จากพาลาตกาเพื่อมารับเช็ค ฉันบอกได้ว่าเขา
พร้อมที่จะฉีกหัวอาร์เจ ออก ได้ทุกเมื่อ และ
ฉันก็สังเกตเห็นมัน ฉันยังเห็นด้วยว่าอาร์เจไม่
สนใจ คาร์สัน เขาสนใจแค่ฉันเท่านั้น

อาร์เจเดินเข้ามาหาฉัน จ้องมองเข้ามาใน
ดวงตาของฉันอย่างอ่อนแรงและเศร้า ไม่รู้ว่า
จะพูดอะไรดี เขาพูดอะไร ไม่ มากนักเพื่อให้
ฉันรู้สึกดีขึ้นเกี่ยวกับสัปดาห์ก่อนหน้านั้น และ
หาข้อแก้ตัวไม่ได้ ดังนั้น เขาจึงเริ่มเล่าให้ฉัน
ฟังว่าเขาไม่ได้ ใช้ ยา และเขากำลังรวบรวม
สติได้อย่างไร เขารู้ว่าเขาไม่สามารถ ขอ ให้
ฉันกลับไปกับเขาได้ ฉันเกลียดสิ่งที่เกิดขึ้นกับ
ชีวิตของผู้ชายคนนั้น มาก พอๆ กับที่ฉัน
เกลียดสิ่งที่เกิดขึ้นกับชีวิตของฉันเอง

บางครั้งเรามองหาทางออก และบางครั้ง
ทางออกก็มองหาเรา ทางออกที่ " ง่ายที่สุด "
อาจเลวร้ายที่สุด! ไม่มี ทางออก " ง่าย "
สำหรับสิ่งที่เราทุกข์ทรมานภายในใจ มี
ทางออก แต่ทางนี้โดยเฉพาะไม่ง่าย มันต้อง
ใช้ความพยายาม!

ฉันคิดไม่ออกว่าพูดอะไรกับเขา เมื่อเขาเล่า
ให้ฉันฟังถึงการเปลี่ยนแปลงที่เขากำลังทำ
ฉันรู้สึกซาบซึ้งใจ แต่ ยังไม่ซาบซึ้งใจพอที่จะ

อยู่กับเขาต่อไป ฉันไม่ คิด ว่า RJ เคยถามฉัน
ว่าฉันจะกลับบ้านกับเขาไหม

เขารู้ว่าเขา ไม่ สามารถถามฉันได้ และเขาก็
ไม่มีความกล้าที่จะถามด้วย ฉันเดาว่าเขาแค่
รู้สึกว่าต้องการพบฉันและบอกฉันว่าเขากำลัง
พยายามเปลี่ยนแปลงบางอย่าง การที่ฉันหนี
จากเขาไปทำให้ฉันมีกำลังใจขึ้นมาบ้าง เป็น
เรื่องแปลกที่ดูเหมือนว่า RJ จะเริ่มกลับมาเป็น
ปกติหลังจากที่ฉันจากไป

ฉันรับเช็คแล้วขึ้นรถบัสกลับพร้อมกับคาร์สัน
และมุ่งหน้ากลับไปที่พาลาตกา

ก่อนการเผชิญหน้าครั้งนี้ อาร์เจไม่รู้เลยว่าฉัน
ไปที่ไหน หลังจาก รับเช็ค แต่ตอนนี้เขารู้แล้ว
ว่าจะพบฉันได้ที่ไหนเพราะฉันอยู่กับคาร์สัน
เขาไม่รู้ ว่า ลูกพี่ลูกน้องของฉันอาศัยอยู่
ที่ไหน แต่เขารู้ชื่อเมืองที่คาร์สันอาศัยอยู่ และ
ข้อมูลนั้นก็เพียงพอที่เขาต้องการ

หลังจากที่คาร์สันกับฉันกลับมาถึงพาลาตกา
ฉันพยายามจะลืมอาร์เจ ยอมรับว่าการเห็น

เขาส่งผลต่อฉัน แต่ฉันไม่ จำเป็น ต้องคิดมาก
เรื่องเขา  ฉันกับลูกพี่ลูกน้องจึงออกไปเที่ยว
เล่นกันต่อ  ท่ามกลางเหตุการณ์นี้  ฉันมุ่งความ
สนใจไปที่สิ่งที่ฉันจะทำต่อไป

คาร์สันทุ่มเทอย่างเต็มที่เพื่อทำให้ฉันมีความ
สุขและยิ้มได้  มันได้ผลดี  และรู้สึกดีที่ได้มี  "
อิสระ " ใหม่นี้

# บทที่ 33

## สติกซ์

คืนหนึ่ง ฉันพบว่าตัวเองอยู่ในคลับเล็กๆ แห่ง
หนึ่ง ซึ่ง เป็นสถานที่ที่มีทางเข้าทางเดียวและ
ทางออกทางเดียว และมีแนวโน้มว่าจะมีการ
ยิงปืนใส่ผู้คนในคลับแห่งนี้ ชื่อของคลับแห่งนี้
ได้รับชื่อมาจากสถานที่ตั้ง (ในป่า ในชนบท)

คลับแห่งนี้มีชื่อว่า " THE ST1X " แน่นขนัด
จนคนแน่นขนัดจนเมื่อคนเต้นกันก็จะเดินชน
กัน เหงื่อหยดลงตามใบหน้าและเสียงเบส
สะท้อนจากผนังอย่างแรงจนรู้สึกเหมือน
ร่างกายสั่นสะเทือนตามเสียงดนตรีที่ผสมกัน

ว่า ตัวเองอยู่ใจกลางฝูงชนและ สนุกสนาน สุด
เหวี่ยง ! ฉันชอบสิ่งนี้มาก! ความอิสระและ
ความสนุกสนานแบบนี้เป็นสิ่งใหม่สำหรับฉัน
เพราะฉัน ไม่ เคยสัมผัสถึงความอิสระมาก่อน
โปรดจำไว้ว่า ฉันออกจากครอบครัว (แม่ของ
ฉัน) ไปอยู่กับ RJ โดยตรง

น่าจะประมาณตีหนึ่งครึ่ง ฉันรู้สึกถึงเสียงเพลง
อย่างแท้จริง มันดังกระหึ่ม จน คนทั่วไปคิดว่า
ร่างกายของฉันจะแตกออกเป็นสองท่อนได้
อย่างง่ายดาย ฝูงชน กระโดด โลดเต้น

" Go head, go head, go head " ผู้คนต่างพูด
พร้อมกันขณะพยักหน้าไปตามจังหวะดนตรี

ทันใดนั้น ดูเหมือนว่าความเงียบจะเข้ามา
ครอบงำฝูงชน ฉันหมายถึงว่าทุกคนยังคงเล่น
ดนตรีกันอยู่ แต่ รู้สึกเหมือนว่าเสียงนั้นได้ออก
จากห้องไปแล้วหรืออะไรสักอย่าง เมื่อเดิน
ผ่านฝูงชน เดินเหมือนนักเลงที่ไม่มีใครแตะ
ต้องได้และผู้เล่นแห่งปี คือ RJ ที่เดินตรงมาหา
ฉัน

เขาเดินเข้ามาหาฉันราวกับว่าไม่มีใครอยู่ใน
อาคารนี้เลยนอกจากเขาและฉัน ท่าทางและ
ท่าทางของเขาบ่งบอกสิ่งหนึ่งว่า " ฉัน จะ ไป
เอา ของฉันเอง " โดยไม่ถามคำถามใดๆ

ผู้ชายคนนี้เป็นตัวอย่างของความแข็งแกร่ง เมื่อเขาเดินเข้ามาหาฉัน ดูหล่อกว่าที่ฉัน เคย เห็นมาเสียอีก ฉันแทบไม่ เชื่อ เลยว่าฉันเห็น อะไรอยู่ เพียงไม่กี่สัปดาห์ก่อนหน้านั้น ฉัน เพิ่ง เห็น RJ ในลานจอดรถที่ทำงานของฉัน และสิ่งที่ฉันเห็นในตอนนี้ก็เทียบไม่ได้เลยกับ วันนั้น

ขณะที่เขาเดินออกไป ก็มีผู้คนถอยออกไป จากทางของเขา ฝูงชนแยกออกจากกันเพียง เพราะอารมณ์ของเขาเท่านั้น สีหน้าของเขา ยิ่งทำให้ผู้คนต้องหลบเลี่ยงไปอีก

ฉันหยุดชะงักทันทีเมื่อเห็นอาร์เจ สายตาของ เขาจ้องมาที่ฉัน จ้องมองตรงเข้ามาในดวงตา ของฉันขณะที่เขามาถึงตัวฉัน ฉัน ละสายตา จากผู้ชายคนนี้ไม่ ได้ เลย

" ไป กัน เถอะ "

เขามีอำนาจเหนือฉันมาก ไม่ว่าจะเพราะความ กลัวหรืออารมณ์ ฉันพบลูกพี่ลูกน้องของฉัน และบอกเขาว่าจะไปกับอาร์เจ

" โอเค เพราะว่า ... คุณจะโอเคมั้ย? "

คาร์สันไม่ได้ พูด อะไรคัดค้านเพราะนั่น
เป็นการตัดสินใจของฉัน นอกจากนี้ หากเขา
พูดอะไรเพื่อขัดขวางไม่ให้ฉันไปกับอาร์เจ
สงครามก็คงจะเกิดขึ้น ฉันกลับไปบ้านป้าของ
ฉัน เก็บ ของ และจากไปกับอาร์เจ
ขณะที่เรากำลังขี่รถกลับบ้าน (ไม่ว่าที่ไหน
ก็ตาม) ฉันไม่รู้ ว่า จะคิดอย่างไร ผู้ชายคนนี้
หล่อมากสำหรับฉัน ฉันไม่เคยพบหรือพบเจอ
ผู้ชายที่หล่อขนาดนี้มาก่อนเลยตลอดชีวิต
บางทีฉันอาจไม่เคย เห็น ใครที่เทียบชั้นกับ
เขาได้เลย เพราะฉันตาบอดทางอารมณ์

เมื่อใจของคุณผูกพันกับใครสักคน แม้แต่คน
ที่ไม่น่าดึงดูดที่สุด — หรือคนที่คุณไม่ค่อย
สนใจ — ก็ อาจดูเหมือนเป็นคนที่สวยที่สุดใน
โลกได้ ในทางกลับกัน นั่นหมายถึงไม่มีใคร
สามารถเข้าไปหาคุณได้อย่างเต็มที่ เพราะ
คุณ ผูกพัน ทางอารมณ์กับคนอื่นและ มอง
อะไร ไม่ ชัดเจน

ฉัน พูด แบบนี้เพราะว่า RJ ไม่ใช่ ผู้ชาย ที่
หล่อที่สุดในโลกสำหรับฉัน ฉันคิดว่าฉันเอน
เอียงไปทางอารมณ์กับเขาเพราะความรักที่
ฉัน มี ต่อ RJ ตลอดชีวิต ฉัน มั่นใจ มากว่านี่
คือมัน - คุณสมบัติ ลักษณะเด่น หรือ
บุคลิกภาพของ ผู้ชาย อีกคน ไม่มี ทางสู้กับสิ่ง
ที่ฉันรู้สึกต่อ RJ ได้ บางทีฉัน อาจ เคยเจอใคร
บางคนแต่ไม่ ได้ เห็นพวกเขาจริงๆ แค่มอง
ข้ามพวกเขาไป

ฉันคิดว่าฉันอาจจะโกงตัวเองก็ได้ ไม่ว่าฉันจะ
โกงหรือไม่ก็ตาม ไม่สำคัญเลย สิ่งที่สำคัญคือ
ตอนนี้ฉันเริ่มเห็นว่าฉัน ไม่ ยุติธรรมกับตัวเอง
มาเป็นเวลานานแล้ว

ในที่สุดเราก็กลับไปที่เดย์โทนา อาร์เจได้
รวบรวมเงินและหาที่อยู่ให้เรา ฉัน จำ ไม่ ได้
จริงๆ ว่าเราอาศัยอยู่ที่ไหนในตอนนั้น

มัน แย่มาก: ในเวลาไม่กี่เดือน ฉันคงต้องนอน
ในสถานที่ต่างๆ ประมาณยี่สิบแห่ง ดังนั้น ฉัน
ขอโทษถ้าฉันจำไม่ได้ ว่า ตอนนั้นฉันนอนอยู่
ที่ไหน นอกจากนี้ ทุกอย่างก็เกิดขึ้นอย่าง

273

รวดเร็วในชีวิตของฉัน ฉันจำ ไม่ ได้ ว่า RJ เริ่มใช้ยาอีกครั้งหรือไม่ แต่ฉัน คิด ว่าเขาไม่ได้เริ่ม ใช้ ยา

# บทที่ 34

## ข่าวสาร

ตลอดชีวิตที่เหลือของฉัน ฉันจะไม่มีวันลืมคืน
ที่ RJ อยากให้เรากลับไปที่ CC

" ฉัน ไม่ อยากไป " ฉันพูด

ฉันกลัวว่าจะชนแม่ตอนที่อยู่ที่นั่น

" เรา กำลัง จะไปเครสเซนต์ซิตี้ วิกกี้! "

เขาพยายามอย่างหนักมาก ... ถึงอย่างไรเรา
ก็ต้องไปอยู่ดี มัน แปลก มาก ฉันไม่เคยอยาก
ไปที่ซีซี ฉันไม่เคยต้องการให้เธอเห็นฉันใน
สภาพที่ฉันกำลังเป็นอยู่ — ถูกดึงตัวจากที่
หนึ่งไปอีกที่หนึ่ง ใช้ชีวิตราวกับว่าฉันไม่มีที่
ไป ไม่ต้องพูดถึงความจริงที่ว่าแม่ของฉันรู้ว่า
ฉันกำลังเจ็บปวดอยู่ข้างในเพราะชีวิตที่อาร์เจ
ทำให้ฉันต้องเผชิญ

ฉันทำทุกวิถีทางเพื่อปกป้องแม่ไม่ให้ต้องแบก
รับภาระและความกดดันเพิ่มเติมที่เกิดจาก
สถานการณ์ของฉัน ฉันคิดว่าถ้าฉันอยู่ห่างๆ
แม่คง ไม่ ต้องทนทุกข์ทรมานกับการเห็นฉัน
ไม่มีความสุขเช่นนี้

ฉัน ได้ เรียนรู้ว่าหลายครั้งที่เราคิดว่าเรากำลัง
ช่วยเหลือผู้อื่น เรากำลังทำให้สถานการณ์เลว
ร้ายลงเท่านั้น ฉันตัดสินใจผิดพลาดหลายครั้ง
และการช่วยเหลือของฉันกลับทำให้แม่ของ
ฉันเสียใจและเจ็บปวดใจ

ชีวิตของฉันกับอาร์เจไม่ได้ทำให้ฉันพังทลาย
แต่สิ่งที่จะตามมาจะไม่ เพียง แค่ทำลายมัน
เท่านั้น แต่จะพลิกโลกทั้งใบของฉันให้กลับ
หัวกลับหาง คนที่ฉันเคยเป็นมาตลอดชีวิตจะ
ไม่เหลืออยู่อีกต่อไป

ฉันไม่เข้าใจจริงๆ ว่า ทำไมสิ่งต่างๆ ถึงเกิดขึ้น
กับคนที่ไม่ สมควร ได้รับสิ่งนี้ เรา ไม่ สมควร
ได้รับสิ่งนี้!

" ฉันจะหยุดรู้สึกเจ็บปวดแบบนี้ได้ไหม ฉัน
เบื่อที่จะใช้ชีวิตและรู้สึกแบบนี้แล้ว ฉันจะทำ
อย่างไรกับมัน และฉันจะก้าวต่อไปได้อย่างไร
เป็นไปได้ไหม "

" ขอโทษ จริงๆ นะแม่ ... แม่จ๋า... ฉัน ไม่รู้ ฉัน
ขอโทษจริงๆ ถ้าฉันรู้ตั้งแต่แรกก็ดีนะ พระเจ้า
ทำไม เรื่องแบบนี้ไม่ควรเกิดขึ้นเลย ... ช่วยฉัน
เข้าใจหน่อยเถอะ ..."

นี่มันยากมาก

การอยู่ห่างจากแม่ทำให้สภาพจิตใจของเธอ
แย่ลง เธอต้องการเห็นลูกคนแรกของเธอ ...
ลูกของเธอ เธอคงจะต้องทนทุกข์ทรมาน
ตลอดเวลาที่ไม่เห็นฉันหรือไม่รู้ว่าฉันเป็นยัง
ไง ในสถานการณ์เช่นนี้ มันอาจทำลายคนๆ
หนึ่งได้อย่างง่ายดาย จิตใจของเธอต้องคิดอยู่
ตลอดเวลาว่าฉันยังมีชีวิตอยู่หรือตายไปแล้ว
อย่างที่ฉันได้กล่าวไปแล้ว การไม่รู้สามารถ
ทำร้ายได้มากกว่าการรู้

ครั้งสุดท้ายที่แม่เห็นฉันคือวันที่ฉันนั่งอยู่ที่มุม
ถนนหน้าป้ายรถเมล์ไม้เล็กๆ เพียง ลำพัง แม่
กำลังเดินผ่านไปโดยนั่งอยู่ด้านหลังรถบรรทุก
คันนั้น ขณะที่ฉันนั่งอยู่คนเดียว ดูเหมือนคน
สิ้นหวังและไร้ความหวัง ฉันก้มหน้าลงมาก
ฉันยังคงนึกภาพตัวเองนั่งอยู่ตรงนั้นในวันนั้น
ฉันจำได้ว่าตัวเองดูเป็นอย่างไร

ฉัน ยอม แพ้แล้ว และร่างกายของฉันทรุด
โทรมลงจนดูสิ้นหวัง ขณะที่ใจของฉันคิดที่จะ
ยอมแพ้โดยสิ้นเชิง แม่ของฉันก็ขับรถคันนั้น
ผ่านมาและตะโกนว่า " ฉันรักคุณนะ วิกกี้ "

ก่อนที่คนขับรถบรรทุกจะหยุดรถและหันรถ
กลับ ฉันรีบวิ่งออกไปเพราะกลัวว่าแม่จะเห็น
ฉันและจะสติแตกอีกครั้งจากการเห็นฉันใน
สภาพเช่นนี้ โดยไม่รู้ตัว ฉันทำให้เราทั้งคู่ขาด
ความสบายใจในการพบกัน

ฉันจะจดจำใบหน้าของแม่ที่สดใสเมื่อเห็นฉัน
นั่งอยู่ตรงนั้นตลอดไป แม้ว่า ฉันจะเสียใจ แต่
แม่ก็ดีใจมากที่ได้เห็นฉัน ตอนนี้ฉันมองเห็น
สิ่งนี้ได้ชัดเจนมาก

" ผมก็รักคุณเหมือนกันนะครับคุณแม่ "

ฉันควรจะพูดคำเหล่านี้ให้เธอฟังตอบ แต่กลับ
วิ่งหนีเธอไปแทน แม้ว่าฉันจะมีแรงจะพูดตอบ
ก็ตาม แต่ฉันก็หมดสติไปจน ไม่รู้ ว่าจะพูด
อะไรดี แล้วฉันจะพูดอะไรได้ล่ะในสภาพนั้น

วันนั้นสิ่งเดียวที่ฉันทำได้คือร้องไห้ ณ เวลานี้
ฉันไม่มี น้ำตา เหลืออยู่เลย

วันที่ใบหน้าของเธอสว่างขึ้นเมื่อเธอเห็นฉัน
คือครั้งสุดท้ายที่ฉันได้พบแม่ และครั้งสุดท้าย
ที่เธอจะเห็นฉันในแบบที่ฉันเป็นอยู่ — หลัง
ค่อม อ่อนแอ และสลายไป

น่าเศร้าที่ภาพสุดท้ายที่แม่จะเห็นฉันคือตอนที่
ฉันนั่งอยู่คนเดียวที่มุมห้องในสภาพที่เสียใจ
เสียใจ และทรุดตัวลง

RJ ยืนกรานที่จะพาเราไปที่ Crescent City มาก
จนฉันไม่มีทางเลือกอื่นนอกจากต้องตกลง ดู
เหมือนว่าจะหลีกเลี่ยงไม่ได้ – ตายหรือตาย

RJ จะพาเราไปที่ CC มีเหตุผลลึกซึ้งมากที่
ทำให้เขายืนกรานที่จะไป CC ในเวลานี้ โดย
พิจารณาจากสิ่งที่เกิดขึ้นเมื่อเราไปถึง

เมื่อเราไปถึง CC ซึ่ง อยู่ห่างจากเดย์โท นา ไป
ทางเหนือประมาณหนึ่งชั่วโมง เราก็เช็คอินที่
โมเทลแห่งหนึ่งในท้องถิ่นเพื่อพักค้างคืน อาร์
เจไม่เคยให้เหตุผลว่าทำไมเขาถึงอยากไป ไม่
ว่าเหตุผลของเขาคืออะไรก็ตาม ไม่นานมันก็
ไม่สำคัญอีกต่อไป ไม่มีอะไรจะสำคัญสำหรับ
ฉันอีกต่อไป!

เช้าวันรุ่งขึ้น เราแต่งตัวและออกจากโมเทล
เช้าวันนั้นสดใส แดดจ้า และเต็มไปด้วยชีวิต
ชีวา เราแวะที่ Handy Way แห่งหนึ่งในละแวก
นั้น (คล้ายๆ กับ 7-Eleven) ฉันกับ RJ ลงจาก
รถและมุ่งหน้าเข้าร้าน ฉันคิดว่า RJ อยู่ข้าง
หลังฉันโดยตรง

" วิกกี้ แม่ของคุณสบายดีไหม? " ผู้หญิงคน
หนึ่งถามฉัน

ฉันจำไม่ ได้ ว่าผู้หญิงคนนั้นเป็นใครจนถึงวัน
นี้

" ใช่ " ฉันตอบ เพราะคิดว่าเธอหมายถึง
อาการป่วยทางจิตครั้งก่อนที่แม่ของฉันเป็น
เมื่อหลายเดือนก่อน

" คุณรู้ไหมว่าเธอเพิ่งจะยิงตัวตาย "